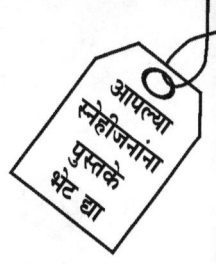

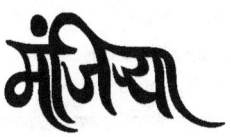

आपल्या स्नेहीजनांना पुस्तके भेट द्या

मंजिऱ्या

वि. स. खांडेकर

AA000978

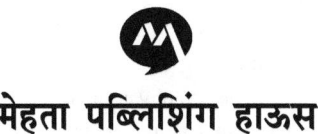

मेहता पब्लिशिंग हाऊस

Email : production@mehtapublishinghouse.com

Website : www.mehtapublishinghouse.com

MANJIRYA by V. S. KHANDEKAR

मंजिऱ्या : वि. स. खांडेकर / लघुनिबंध-संग्रह

Email : author@mehtapublishinghouse.com

© सुरक्षित

मराठी पुस्तक प्रकाशनाचे हक्क मेहता पब्लिशिंग हाऊस, पुणे.

प्रकाशक : सुनील अनिल मेहता, मेहता पब्लिशिंग हाऊस,
१९४१, सदाशिव पेठ, माडीवाले कॉलनी, पुणे – ४११०३०.

मुखपृष्ठ : चंद्रमोहन कुलकर्णी

प्रकाशनकाल : १९४४ / जानेवारी, १९९७ / नोव्हेंबर, २०१३ /
पुनर्मुद्रण : जुलै, २०१७

P Book ISBN 9788171616312

E book ISBN 9789386342744

E Books available on : play.google.com/store/books
www.amazon.in/b?node=15513892031

प्रतिभा, पांडित्य आणि प्रचार
यांचा
सुंदर संगम साधणारे
'का ळ' कर्ते
शिवराम महादेव परांजपे
यांच्या स्मृतीस

दोन शब्द

वीस वर्षांपूर्वी माझे स्नेही श्री. मेघश्याम शिरोडकर यांनी सावंतवाडीला 'वैनतेय' हे साप्ताहिक सुरू केले, तेव्हा मी त्यात नियमितपणाने लिहीत असे. पुढे शाळेचा व इतर लेखनाचा व्याप फार वाढल्यामुळे 'वैनतेय'कडे माझे दुर्लक्ष झाले. मात्र आता परत कोकणात गेल्यावर 'वैनतेय'मध्ये नियमित लिहायचे, असा संकल्प कोल्हापुरात बसून गेली तीन-चार वर्षे मी करीत होतो. इतक्यात माझे स्नेही श्री. माधवराव बागल यांनी 'अखंड भारत' हे साप्ताहिक इथे सुरू करून माझे लेखनसाहाय्य मागितले.

वृत्तपत्राचा व्यवसाय हा धंदा नसून धर्म आहे, ही टिळक-आगरकरांनी प्रवर्तित केलेली आणि परांजपे, खाडिलकर, केळकर, अच्युतराव कोल्हटकर, प्रभूतींनी संवर्धित केलेली निष्ठा आजच्या महाराष्ट्रातही जागृत आहे, ही मोठ्या अभिमानाची गोष्ट आहे. गेल्या सात-आठ वर्षांतले जावडेकर, शिवरामपंत करंदीकर, गाडगीळ, घोरपडे, चिटणीस, माडखोलकर या प्रभुतींचे लेखन ही पवित्र परंपरा पुढेही अखंड चालणार आहे, अशीच ग्वाही देत आहे. सावंतवाडीचे शिरोडकर किंवा कोल्हापूरचे बागल यांच्या वृत्तपत्रांची कार्यक्षेत्रे लहान असली, तरी त्यांचा राष्ट्रीय बाणा आणि त्यांची ध्येयनिष्ठा या गोष्टी या थोर परंपरेला शोभण्याइतक्या उज्ज्वल आहेत, हे मी अनुभवाने सांगू शकतो. त्यामुळे माधवरावांनी माझ्याकडे लेखनाची मागणी

करताच मला त्यांना होकार द्यावा लागला. या संग्रहातले 'एक भास' व 'विसरलेला संदेश' हे दोन लेख सोडून, बाकी सर्व लेख त्यांच्या 'अखंड भारत' मधूनच यंदा प्रसिद्ध झाले आहेत. माधवराव मागे लागले नसते, तर या प्रकारचे लेखन - निदान सध्या तरी - मी करू शकलो नसतो. हा संग्रह वाचून कुणालाही वाङ्मयीन अथवा अन्य प्रकारचा आनंद क्षणभर झाल्यास त्याचे सर्व श्रेय माधवरावांना आहे.

वृत्तपत्रे, ललितवाङ्मय व चित्रपट ही तिन्ही सामाजिक क्रांतीला पोषक अशी प्रभावी साधने आहेत, यात शंका नाही. पण गल्लाभरू मालक व ध्येयशून्य कलावंत यांच्या कात्रीत सापडलेली सध्याची हिंदी चित्रसृष्टी नाचगाण्यांपलीकडे क्वचितच पाऊल टाकताना दिसते. अनेक प्रमुख ललितसाहित्यिकांनी 'लोकजागृति हेच आमचे ब्रीद आहे', अशा मोठमोठ्या पाट्या अलीकडे आपल्या गळ्यांत अडकवून घेतल्या असल्या, तरी त्यांच्या गळ्यांतून अजून अंत:पुरातले सूरच बाहेर पडत आहेत. अशा स्थितीत विचारक्रांतीची धुरा वृत्तपत्रांनीच वाहिली पाहिजे, हे उघड आहे. या कार्यात महाराष्ट्र सदैव अग्रेसर राहावा, हीच त्याच्या पूजेकरिता या साध्या 'मंजिऱ्या' खुडणाऱ्या माझ्यासारख्या भक्ताची इच्छा असणार!

खासबाग, कोल्हापूर.   **वि. स. खांडेकर**
२-१०-४४

अनुक्रमणिका

कुठं आहे तो मेघ?

दुपारपासून फार उकडत होते. अंगाला नुसत्या घामाच्या धारा लागल्या होत्या. वाऱ्याचे पुसट अस्तित्वसुद्धा जाणवत नव्हते. जणूकाही त्याचे आणि सृष्टीचे भांडण होऊन तो कुठेतरी रुसून गेला होता! वारा नसल्यामुळे गुदमरल्यासारखे होत होते. अजिबात वारा नसण्यापेक्षा उन्हाच्या झळासुद्धा माणसाला पुरतात. कसलेही हक्क नसलेल्या देशात निदान भाषणस्वातंत्र्य मिळाले म्हणजे तेवढेच बरे वाटते ना! उन्हाळ्यात गरमगरम झळा येऊ लागल्या की तसेच हायसे वाटते. आणखी थोड्या वेळाने या उष्ण झळा निवतील आणि थंडगार वारा सुटेल अशी आशा तरी त्यामुळे माणसांच्या मनात पालवू शकते.पण त्या दिवशीच्या उकाड्याचा साराच नूर न्यारा होता. वाऱ्याचा सृष्टीशी घटका दोन घटका चालणारा प्रेमकलह झाला नसून घटस्फोटाची मजल गाठण्याइतके त्या दोघांचे कडाक्याचे भांडण झाले असले पाहिजे अशी कल्पना माझ्या मनात पुन:पुन्हा येऊ लागली. अंगातून गळणाऱ्या घामाच्या धारा पाहून कुणीतरी टाचणीने आपल्या शरीराला शेकडो भोके पाडली असावीत असाही विचित्र भास मधूनमधून होई. 'दारिद्र्याने उपाशी मरणाऱ्या जनतेला कायदेमंडळाच्या हक्काचा' जेवढा उपयोग होतो तेवढाच मला हातातल्या पंख्याचा होत होता. आज चुकून सूर्याने बारा डोळे उघडले तर नाहीत ना, अशी शंकासुद्धा माझ्या मनात आल्यावाचून राहिली नाही. मी गच्चीत जाऊन बाहेरच्या भणभणणाऱ्या उजेडाकडे पाहू लागलो. जिकडेतिकडे ऊन रणरणत होते. सारे आकाश अगदी लखलखीत दिसत होते. मात्र दूर क्षितिजाच्या एका कोपऱ्यात तळहाताएवढा एक काळा ढग हळूच पाण्यातून वर डोकावून पाहणाऱ्या माशाप्रमाणे हालचाल करीत होता.

या ढगाकडे मी कौतुकाने निरखून पाहू लागलो. गुलामगिरीने गांजलेल्या राष्ट्रात एखाद्या एकाकी देशभक्ताने आपले अस्तित्व धैर्याने दर्शवावे, तसा तो छोटा मेघ वाटला मला. मी पाहत होतोच - क्षणाक्षणाला त्याचा आकार वाढू लागला. हां हां म्हणता त्या माशाचे मांजराच्या पिलात आणि त्या काळ्या मांजराच्या पिलाचे मोठ्या प्रचंड हत्तीत रूपांतर झाले. तो काळा हत्ती पुढे-पुढे सरकू लागला. त्याच्यामागून अनेक लहानमोठे हत्ती दिसू लागले. रानटी हत्तींच्या त्या कळपाने सारे

आकाश व्यापून टाकले. आता लवकरच पाऊस पडणार, आपल्या सोंडेतून भरून आणलेले स्वर्गंगेचे पाणी प्रत्येक छोटा-मोठा हत्ती तापलेल्या पृथ्वीवर उधळून तिला शांत करणार, या कल्पनेने माझे मन आनंदित झाले.

इतक्यात सोसाट्याचा वारा सुटला. दहा-वीस लाख माणसांच्या जत्रेत पालखीतल्या मूर्तीवर सर्वांकडून एकसारखा अबीरबुक्का उधळला जात असावा तशी भिरभिरत वर उसळणारी धूळ वाटू लागली. दाही दिशा त्या धुळीने भरून गेल्या. डोळ्यांत धूळ जात असतानाही माझे सारे लक्ष ढगांच्या त्या पुढाऱ्यावर - आभाळात अगदी पहिल्यांदा दिसू लागून मोठ्या झालेल्या त्या मेघावर - होते. आता मधूनमधून त्याच्यातून वीज चमकू लागली होती. माझ्या मनात आले, ही वीज नाही. या बंडखोर मेघांचा विजयी झेंडा असावा हा! सूर्याच्या असह्य तापाने गांजून गेलेल्या, अन्नाच्या अभावी भकास दिसणाऱ्या, जलप्रवाहाच्या साध्या वस्त्रालाही महाग झालेल्या धरित्रीमातेला नवजीवन देण्याकरता स्वर्गात सुरू झालेल्या क्रांतीचा हा पहिला क्षण असावा. आकाशात चमकणारी वीज हा त्या क्रांतीचा मंगल ध्वज आहे.

पण माझी कल्पना ही नुसती कविकल्पना आहे, हे दुसऱ्याच क्षणी माझ्या लक्षात आले. तो पुढे असलेला विशाल मेघ आता खाली उतरला होता. शहरातल्या घराघराजवळून तो विमानाप्रमाणे घिरट्या घालीत आहे असा भास होत होता. त्याच्यातून चमकणारी वीज हा त्याचा ध्वज नव्हता. ती त्याच्या हातातली विजेची बत्ती होती. प्रत्येक लहानमोठ्या घराच्या खिडकीपाशी डोकावून त्या बत्तीच्या प्रकाशात तो मेघ काय धुंडाळीत होता कुणाला ठाऊक!

सारे आभाळ काळवंडले होते. लहानमोठे ढग गडगडत होते. मधूनमधून वीज चमकत होती. आता पाच-दहा मिनिटांत मुसळधार पाऊस कोसळणार आणि जिकडेतिकडे स्वच्छ, शांत, गार होणार अशी लक्षणे दिसत होती.

* * *

मी चहा पिऊन पुन्हा गच्चीत आलो. अवघ्या दहा मिनिटांत केवढा बदल झाला होता बाहेर! विजेचा कारखाना एकदम बंद पडल्यामुळे काळोख्या रात्री गावावर जशी अवकळा पसरावी तसे मघाशी आभाळ दिसत होते. पण आता ते भराभर उजळू लागले. टोळधाडीप्रमाणे आलेले ते लहानमोठे ढग एकाएकी कुठे गुप्त झाले देव जाणे! जवळजवळ स्वच्छ होत आलेले ते आकाश पाहून माझ्या मनात एक निराळीच कल्पना येऊन गेली - समुद्रकाठच्या वाळवंटावर लहान लहान खेकडे नेहमी स्वैर संचार करीत असतात. ते ढगही आकाशाच्या वाळवंटात तसेच खेळत असावेत. आणि ते छोटे खेकडे (कोकणात कुरल्या म्हणतो आम्ही त्यांना! किती काव्यमय नाव आहे नाही?) माणसाची चाहूल लागली की कसे

पटकन वाळूतल्या इवल्या इवल्याशा बिळांत जातात. मघाचे ढगही तसेच आकाशातल्या आपापल्या गुहांत लपून बसले असावेत.

इकडे पृथ्वीच्या शरीराची आग आग होत होती आणि तिकडे ती शांत करण्याची शक्ती असलेले ढग लपून बसले होते; त्यांच्या त्या पळपुटेपणाचे कारण मात्र माझ्या कल्पनेला शोधूनसुद्धा सापडेना. शेवटी मी स्वत:चे समाधान करण्यासाठी म्हटले, 'कुठलीही क्रांती अशीच असते. ती आता होणार, क्षणात होणार असं भोवतालच्या परिस्थितीवरून वाटू लागतं. पण काहीतरी कारण घडतं आणि क्रांती लांबणीवर पडते.'

माझ्या या कल्पनेचा उपहास करण्याकरताच की काय कुणीतरी खदखदून हसले असा मला भास झाला. विचाराच्या तंद्रीतून जागा होऊन मी पाहू लागलो. मघाच्या मेघांच्या सैन्याचा तो पुढारी - क्षितिजावर प्रथम दिसू लागलेला तो काळा ढग - परत जाता-जाता गडगडत होता. त्याचे ते विचित्र हास्य ऐकून मी चिडून गेलो. मी त्याला उद्देशून उच्च स्वराने म्हणालो, 'मेघा, तू काही उच्च कुळातला दिसत नाहीस. आज इतका उकाडा होत असताना पृथ्वीवर पाण्याचे चार थेंब शिंपडण्याचं औदार्यसुद्धा तुला दाखवता आलं नाही. तुझ्यापेक्षा आमची म्युनिसिपालिटी हजारपटींनी बरी! लग्नात हातरुमालावर गुलाबपाणी शिंपडतात ना, तशी ती धुळीत भरलेल्या आमच्या राजरस्त्यांवर दररोज नियमितपणे जलसिंचन करीत असते. पण तू - छे! तुझे पूर्वज फार कद्रू असले पाहिजेत. मेघातसुद्धा तिमाजी नाईक असतात हे आज कळलं मला.'

तो मेघ गडगडतच माझ्याशी बोलू लागला. माझ्या टीकेचा त्याला बहुधा राग आला असावा. तो म्हणाला, 'हे मानवा, अलीकडे बुद्धीच्या नावाखाली कुतर्क करीत बसण्यात मनुष्य फार पटाईत झाला आहे असे स्वर्गात आज सकाळीच बृहस्पती म्हणत होते. तुझं हे बोलणं ऐकून मला त्यांचा तो मानवजातीवरचा आरोप खरा वाटू लागला आहे. वेड्या माणसा, मी कुणाचा वंशज आहे याची तुला काडीची तरी कल्पना आहे का? विरहाने व्याकुळ झालेल्या कालिदासाच्या यक्षानं कुबेरनगरीत राहणाऱ्या आपल्या प्रिय पत्नीला निरोप पोहोचविण्याकरता ज्या दिव्य मेघाची योजना केली होती, त्याच्याच वंशात माझा जन्म झाला आहे. रामगिरीवरल्या त्या स्थानबद्ध यक्षाच्या शब्दासाठी माझ्या प्रेमळ पूर्वजाने किती लांबचा प्रवास केला होता हे तुला ठाऊक आहे ना?'

माझ्या डोळ्यांवर माझा विश्वासच बसेना!

मेघदूतातल्या अमर मेघाच्या वंशजाशी मी बोलत होतो. क्षणभर केवढा आनंद झाला मला. पण दुसऱ्याच क्षणी अंगातून वाहणाऱ्या घामाच्या धारांकडे माझे लक्ष गेले. रागापेक्षा थट्टेचाच पुष्कळ वेळा अधिक उपयोग होतो हे लक्षात आणून मी

त्या मेघाला म्हणालो, 'मित्रा, तुझ्या त्या पूर्वजानं यक्षपत्नीच्या खिडकीपाशी जाऊन तिच्या पतीचा निरोप तिला पोहोचविला. त्याचा तो गुण तुझ्यामध्येही उतरलेला दिसतोय! तू मघाशी आमच्या गावातल्या प्रत्येक घराच्या खिडकीपाशी जाऊन डोकावून पाहात होतास, होय ना?'

मेघ हसला.

मी त्याला हळूच प्रश्न केला, 'कुणाचा नाजूक निरोप पोहोचवायचा होता वाटतं तुला?'

मेघाने उत्तरादाखल एक भला मोठा सुस्कारा सोडला.

त्या सुस्काऱ्याचा अर्थच कळेना मला! या मेघाला इतके कसले विलक्षण दुःख झाले असावे? त्याच्या डोळ्यांतून दोन अश्रुबिंदूही गळून पडले असा मला भास झाला. मी स्तब्ध राहिलो. शब्दापेक्षा मौनच पुष्कळ वेळा अधिक सहानुभूती दर्शवू शकते.

पाच-दहा क्षणांनी तो मेघ किंचित शांत होऊन बोलू लागला. तो म्हणाला, 'मित्रा, कुणाला तरी सांगितल्याशिवाय दुःख हलकं होत नाही असं म्हणतात. म्हणून मी तुझ्याशी मन मोकळं करून बोलतो. आतापर्यंत कुणाशीही मी चकार शब्दसुद्धा बोललो नव्हतो या बाबतीत.

हाताखालचे शेकडो ढग घेऊन पाऊस पडण्याकरताच मघाशी मी आलो होतो. माझं कर्तव्यच आहे ते. पण पाण्याचा एक थेंबही पृथ्वीवर पडला नाही. उकाड्यात तळमळणाऱ्या साऱ्या लोकांनी आमचं मघाचं अवडंबर पाहून आम्हांला शिव्याशाप दिले असतील. आज चांगला पाऊस पडला तर पेरे करायला मिळतील म्हणून आशाळभूतपणानं आमच्या आगमनाकडे डोळे लावून बसलेल्या शेतकऱ्यांनी आम्हांला शिव्यांची लाखोली वाहिली असेल, पण —'

त्याला मधेच थांबवून मी म्हणालो, 'पण काय? शरदऋतूतले ढग क्षुद्र माणसाप्रमाणे नुसती बडबड करतात, कृती कधीच करत नाहीत असं संस्कृत शिकताना मी पाठ केलं होतं. आता या इंग्रजी राज्यात संस्कृत सुभाषितेसुद्धा खोटी ठरू लागलेली दिसतात! ग्रीष्मऋतूतले तुझ्यासारखे ढगही बोलकेच असतात हे-'

मला मधेच थांबवून मेघ म्हणाला, 'मित्रा, मोठा अन्याय करतो आहेस तू माझ्यावर. तू माझी कहाणी क्षणभर ऐकशील तर —'

आवंढा गिळून तो पुढे बोलू लागला, 'गतवर्षी बंगालमधे पाऊस पाडण्याकरता जी मेघांची पथकं स्वर्गातून रवाना झाली त्यांचा नायक होतो मी! आम्ही आमचं काम चोख केलं होतं. पण, पुढे बंगालमध्ये एकदम भयंकर दुष्काळ पडला. यमदेवाचं काम बेफाम वाढलं. त्यानं कंटाळून इंद्रदेवाकडे तक्रार केली. इंद्रानं काहीएक चौकशी न करता आम्ही मेघांनी आपल्या कर्तव्यात कसूर केली असे

ठरवून आम्हांला अंधारकोठड्यांत डांबून टाकले. पुढारी म्हणून मला तर अधिकच शिक्षा झाली. आज सकाळीच माझी मुक्तता झाली. लगेच महाराष्ट्रात पाऊस पाडण्याची कामगिरी माझ्यावर इंद्रदेवानं सोपविली. गतवर्षासारखी गफलत होता कामा नये, असंही त्यानं मला बजावलं. माझ्या मदतनीसांना घेऊन मी मोठ्या आनंदानं धावतच आलो. आम्ही पाऊस पाडायला सुरुवात करणार इतक्यात एक विलक्षण कल्पना माझ्या मनात येऊन गेली. गतवर्षी बंगालमधे लोक मेले ते साठेबाजीमुळे आणि शिक्षा झाली मात्र आम्हा मेघांना! यंदा काही झालं तरी दुसऱ्यांच्या दुष्कृत्यांकरता शिक्षा भोगायची नाही. गतवर्षी बंगालमध्ये आम्ही नेहमीप्रमाणे डोळे मिटून पाऊस पाडला. पण पाऊस पडूनही तिथे दुष्काळ पडला. धान्य कितीही पिकलं तरी माणसं हवा तेवढा मोठा दुष्काळ पाडू शकतात याची तोपर्यंत आम्हांला कल्पनाच नव्हती.

मघाशी मी प्रत्येक घराच्या खिडकीपाशी जाऊन डोकावून पाहत होतो ते हेच, प्रत्येकाच्या घरात ज्याच्या त्याच्या जरुरीप्रमाणे धान्य आहे की नाही! पाहता पाहता निराशा झाली. काही घरांत भाताने भरलेल्या कणग्याच कणग्या मला दिसल्या. पण हजारो घरांतल्या मडक्यांत संध्याकाळचे तांदूळसुद्धा नव्हते. अशा स्थितीत मी कितीही पाऊस पाडला तरी इथेही गतवर्षीसारखाच प्रकार होणार म्हणून मी माझ्या मदतनिसांना स्वस्थ राहण्याचा हुकूम दिला. ते सारे लगेच परत गेले. मीही आता इंद्रदेवाकडे जात आहे. जोपर्यंत पिकवायचे एकाने आणि खायचे दुसऱ्याने अशी या पृथ्वीवर स्थिती आहे, खुशालचेंडूंची चंगळ आणि काम करणाऱ्यांना टंगळमंगळ अशा पद्धतीने धनधान्याची वाटणी होत आहे, जबाबदार माणसं जनतेच्या पोटापेक्षा आपल्या बँकबुकाचीच काळजी करीत आहेत, तोपर्यंत आम्ही मेघांनी कितीही व्यवस्थित काम केलं तरी —'

* * *

प्रचंड गडगडाट होऊन तो मेघ एकदम दिसेनासा झाला. त्याच्या त्या आकस्मिक जाण्याने मोठी चुटपुट लागली माझ्या मनाला! त्याच्याशी खूप खूप खूप बोलायची इच्छा होती माझी!

हल्ली दररोज संध्याकाळी आकाशात ढग जमू लागले, की मी त्यांच्याकडे उत्सुकतेने पाहतो. पण माझा मित्र त्या गर्दीत मला कुठेच दिसत नाही.

आपल्या आज्ञेचा भंग केल्याबद्दल रागावून इंद्राने त्याला पुन्हा अंधारकोठडीत डांबून टाकले असेल काय? का पृथ्वीवर विलक्षण विषमता निर्माण झाली आहे म्हणून विष्णूच्या दारात बसून त्याने पुन्हा अवतार घ्यावा म्हणून माझ्या मित्राने सत्याग्रह आरंभला आहे?

कुणाला ठाऊक! पण तो मेघ पुन्हा भेटावा, त्याला आणखी पुष्कळ गोष्टी

विचाराव्यात असे राहून राहून माझ्या मनात येते.

आणि म्हणून आकाशात ढग जमू लागलेले दिसले, की मी त्यांना अधीरतेने एकच प्रश्न विचारतो, 'कुठे आहे तो माझा मित्र? कुठं आहे तो मेघ?'

❖

एक पिढी

आंब्याप्रमाणे पत्रांतही अनेक जाती असतात. काहींचे बहिरंग अधिक सुंदर असते, तर काहींचे अंतरंग अधिक मधुर असते. अशा मधुर पत्रांत बालमित्रांच्या पत्रांची मी नेहमीच गणना करतो. ही पत्रे बहुधा लहान-अगदी छोटी-असतात. पण काही काही बिटके रायवळ आंबे चोखायला फार चांगले असतात, नाही? बालमित्रांची पत्रेही त्यांतल्या जिव्हाळ्यामुळे अशीच गोड वाटतात.

माझ्या कॉलेजमधला दोस्त बापू याचे परवा पत्र आले ते मी पुन:पुन्हा वाचले. याचे कारण त्यात ही अवीट गोडी होती हे तर खरंच, पण यापेक्षाही महत्त्वाचे कारण म्हणजे बापूने त्यात मला दिलेली धमकी हे होय. त्याने चक्क लिहिले होते, 'तुझ्या साऱ्या सबबी मला अगदी पाठ आहेत. नंबर एक - प्रकृतीचं अस्वाथ्य, नंबर दोन - चित्रपटाचं काम, नंबर तीन —

तू या सबबीचे फॉर्मस्‌च छापून घे आता. जाऊ दे ते. तूच कुठेतरी लिहिले आहेस पाहा - 'लंगडी असून चालणारी अशी एकच गोष्ट जगात आहे; ती म्हणजे सबब.' तेव्हा हा निर्वाणीचा खलिता समजून आमच्या मोफत वाचनालयाच्या रौप्यमहोत्सवाकरता यायची कबुली दे. टंगळमंगळ चालणार नाही. उगीच बडबड करशील तर एकदम कोल्हापूरवर स्वारी करीन आणि टोपलीत कोंबडी घालतात तसा तुला टांग्यात घालून आमच्या महोत्सवाकरता घेऊन येईन!'

आईबापांच्या रागाच्या बोलण्याप्रमाणे मित्रांच्या धमक्यांतही काहीतरी मनाला खुलविणारे असतेच. त्यामुळे असो अथवा बापुराव हा नुसता शनिवारी शेंदूर लावणारा मारुतिभक्त नाही, चिंतामणराव जोश्यांच्या सोटाछाप गुंड्याभाऊचा वडील भाऊ शोभणारी ही वल्ली आहे ही माझ्या अनुभवाची गोष्ट असल्यामुळे असो, त्याच्या मोफत वाचनालयाच्या महोत्सवाचे निमंत्रण मी तत्काळ स्वीकारले.

बापुरावाच्या गावी जायला मी निघालो.

आगगाडीबरोबर माझे मनही धावू लागले. पंचवीस वर्षांपूर्वीच्या गोष्टी डोळ्यांपुढे उभ्या राहिल्या. कॉलेजमध्ये बापूचे नि माझे कडाक्याचे वाद व्हायचे. तो टिळकांचा केवढा भक्त होता! मला लोकमान्यांविषयी आदर असला तरी गोखल्यांची निंदा मुळीच आवडत नसे. रात्री दोन-दोन वाजेपर्यंत न कळणाऱ्या राजकारणाविषयी दोघांनी भांडत बसायचे आणि मग शेवटी चहाच्या मध्यस्थीने समेट करून झोपी

जायचे असा त्यावेळचा आमचा क्रम असे. बापुरावाच्या गावी त्याच्या लग्नाकरता त्यावेळी मी एकदा गेलोही होतो. त्यानंतर त्याची आग्रहाची निमंत्रणे आली, माझी खात्रीची अभिवचने गेली, पण माझे जाणे काही केल्या घडले नाही. आता पुन्हा पंचवीस वर्षांनी —

* * *

पंचवीस वर्षे! काळपुरुषाच्या प्रवासमार्गावरले अवघे पंचवीस मैलाचे दगड! पण मानवी आयुष्याच्या दृष्टीने तब्बल एक पिढी! माझे मन म्हणू लागले, बापुरावाचे गाव आपण पाहिल्याला दोन तपे झाली. एका पिढीचे कर्तृत्व मध्यंतरीच्या काळात खर्ची पडले. बापूरावासारखा हौशी, कष्टाळू नि सुखवस्तू मनुष्य ज्या गावाला लाभला आहे तिथे आता कितीतरी सुधारणा झाल्या असतील. आपल्याला त्याच्या गावातल्या बऱ्याचशा गोष्टींची ओळखसुद्धा पटणार नाही आता. पण —

गावाच्या सीमेवरले ते जुनाट मारुतीचे देऊळ मी ओळखले. पंचवीस वर्षांपूर्वी ते नीट उभे होते. आता त्याची एक बाजू कलल्यासारखी दिसत होती. बाकी कुठलाही फरक झाला नव्हता त्याच्यात. मी बापुरावाबरोबर त्याच्या घरी जाताना गावाचे जे दर्शन घेतले, त्याने माझे मन सुन्न होऊन गेले. जणूकाही हे गाव मध्यंतरी पंचवीस वर्षे झोपीच गेले होते. आणि त्यामुळे त्याच्यात म्हणण्यासारखा कुठलाच बदल झाला नव्हता. कुठे एखाद्या मारवाड्याच्या घरावर मजला चढला असेल, कुठे कौलारू छपरांच्या जागी मंगलोरी कौलांनी नटलेली छपरे दिसू लागली असतील, कुठे एखादा बोळ अधिक रुंद झाला असेल, पण —

रस्त्याने भटकणाऱ्या उघड्या-नागड्या मुलांचे थवे पूर्वीसारखेच सर्वत्र दिसत होते. घरांना सरसकट सुतकी कळा आल्याचा भास होत होता. एखाद्या खोडकर मुलाने सुंदर चित्राचे कात्रीने वेडेवाकडे तुकडे करावेत त्याप्रमाणे त्या गावातल्या जीवनाचे दुर्दैवाने तुकडे तुकडे केले असावेत असे वाटत होते. एक पिढी लोटली होती पण गावातली घाण, गावातले दारिद्र्य, गावातले अज्ञान यांना गावाबाहेर लोटून देण्याचे काम मात्र जसेच्या तसेच पडून राहिले होते.

संध्याकाळी बापुरावाने चालविलेल्या मोफत वाचनालयाचा रौप्यमहोत्सव साजरा झाला 'आपल्या देशात व्यक्तीप्रमाणे संस्थेचेही सरासरी आयुष्य फार कमी असते म्हणून अशा उत्सवाचे फार महत्त्व आहे' अशा अर्थाचे काहीतरी मी आरंभीच्या माझ्या भाषणात बोललो. गावातल्या अनेक मंडळींनी बापुरावांचे अभिनंदन केले, त्याला हार घातले. त्या वाचनालयाकरता त्याने पदराला बराच खार लावून घेतला होता यात संशय नव्हता. पण व्यक्तिशः त्याचे अभिनंदन करताना - माझ्या जिवलग बालमित्राचे अभिनंदन करताना - माझी जीभ अडखळू लागली. त्याच्या अभिनंदनाचे शब्द जिभेवर येतात न येतात तोच डोळ्यांपुढे सकाळी पाहिलेली

गावातली ती सारी करुण दृश्ये उभी राहू लागली.

त्यांतले प्रत्येक दृश्य म्हणत होते, बापुराव गेली पंचवीस वर्षे इथेच राहत आहे. तो हौशी आहे, कष्टाळू आहे, सुखवस्तू आहे पण —

चुकून फाशी गेलेल्या मनुष्याचे भूत न्यायाधीशासमोर उभे राहावे आणि त्याने आपली कहाणी सांगायला सुरुवात करावी, तसे त्या दृश्यांकडे पाहून मला वाटू लागले. माझे अभिनंदनाचे शब्द ओठातल्या ओठांत विरून गेले.

* * *

घरी परत येताना आगगाडीबरोबर माझे मनही धावू लागले. पण आता ते भूतकाळाकडे धाव घ्यायला तयार होईना. मध्यंतरी पंचवीस वर्षे लोटली होती. पण बापूचा गाव जिथल्या तिथेच होता. त्याच्या गावासारखी हजारो खेडी चिखलात रुतून बसलेल्या गाड्याप्रमाणे दारिद्र्यात आणि अज्ञानात पूर्वीसारखीच, छे! अधिक अधिक खोल गाडली जात होती. या काळात जगात दोन महायुद्धे झाली, पण बापूच्या गावात - त्या गावासारख्या लक्षावधी खेड्यांत - या महायुद्धामुळे झालेल्या महागाईखेरीज दुसरा कुठलाही महत्त्वाचा बदल अद्यापि झाला नव्हता.

असे का व्हावे? मोफत वाचनालय चालविणाऱ्या बापूचा उत्साह काय कमी आहे? सार्वजनिक कार्याची त्याला आवड नाही असे कोण म्हणेल?

आठ वर्षांपूर्वी सावरकर एका सहभोजनाकरता शिरोड्याला आले होते. बोलता बोलता ते मला म्हणाले होते, 'तुमच्या पिढीतल्या अनेकांची कार्यक्षेत्रे चुकली. आज वाङ्मयात चमकणारी कितीतरी मंडळी राजकारणात चमकायला हवी होती.'

सावरकरांच्या त्या उद्‌गारांतले कटु सत्य बापूच्या गावाहून परत येताना मी तीव्रतेने अनुभवीत होतो. बापूसारखी माझ्या पिढीतली कितीतरी मंडळी मी नेहमी पाहतो. कुणाचे केस पांढरे झाले आहेत, कुणाला टक्कल पडू लागले आहे, कुणी मुलीचे लग्न जुळविण्याच्या गडबडीत आहे. ह्या साऱ्या गोष्टी निसर्गक्रमाला धरूनच आहेत. पण ही मंडळी भेटली आणि शाळाकॉलेजांतल्या आठवणी सुरू झाल्या म्हणजे एकेकाचे त्यावेळचे जहाल उद्‌गार मला आठवतात आणि मी मनातल्या मनात म्हणतो, ते उत्कट उद्‌गार काढणाऱ्या या सर्वांचे देशप्रेम कुठे गेले? ते काय निव्वळ नाटकी उद्‌गार होते?

माझ्या या प्रश्नाचे उत्तर बापूच्या मोफत वाचनालयात रौप्यमहोत्सवाने मला दिले. बापूचे सारे कर्तृत्व ते वाचनालय चालविण्यात खर्ची पडले होते. नकळत तारुण्यातच त्याचे कार्यक्षेत्र संकुचित झाले होते. आपल्या लढाऊपणाला आणि जिवंत देशभक्तीला अवसर मिळेल अशा क्षेत्रात त्याने कधी पाऊलच टाकले नाही. शत्रूशी लढण्याकरता ज्या तलवारीचा उपयोग करायचा तिची विळी करून भाजी चिरीत बसण्यासारखा हा प्रकार आमच्या पिढीतल्या अनेक सुबुद्ध तरुणांच्या हातून

घडला. परतंत्र देशात राजकारण हाच तरुणांचा एकमेव धर्म झाला पाहिजे हे आम्ही विसरलो. राजकारणाकडे दुर्लक्ष करून लहानमोठ्या समाजसेवेकडे वळणारी माणसे प्रामाणिक असतात, पण निर्जल प्रदेशात बाग फुलवू पाहण्यासारखे त्यांचे प्रयत्न होतात याची आम्हांला कधी कल्पनाच आली नाही.

* * *

गाडीत पलीकडे बसलेले चार-पाच तरुण जोरजोराने वाद करीत होते. आपल्या देशाची प्रगती कशाने होईल- गांधीवादानं की समाजवादानं, हा त्यांच्या वादाचा विषय होता.

मला बापूची व माझ्या जाग्रणे करून केलेल्या राजकारणाच्या वादांची आठवण झाली.

माझ्या मनात आले, क्षणभर त्या तरुणांना थांबवावे आणि म्हणावे, 'काही व्हा. गांधीवादी व्हा किंवा समाजवादी व्हा. पण दोन्हीपैकी काहीतरी व्हा! अगदी उत्कट श्रद्धेने कुठल्याही राजकीय तत्त्वज्ञानाचा स्वीकार करा. हो, आणखी एक लक्षात ठेवा, वाचनालय ही चांगली गोष्ट आहे; पण तुम्ही मात्र मोफत वाचनालय काढू नका!'

माकडाची स्मशानयात्रा

मधे मुंबईला दारूबंदी झाली तेव्हा आपली तलफ भागविण्याकरता मदिरेचे एकनिष्ठ उपासक स्पिरिटच्या बाटल्या तोंडाला लावीत असत म्हणे! वर्तमानपत्रांतल्या काही काही विचित्र बातम्या वाचताना मला या गोष्टीची नेहमी आठवण होते. मी मनात म्हणतो, काहीतरी अद्‌भुत किंवा चमत्कारिक वाचायला मिळाले की वाचकाचा वाचनाचा कफ भागू शकतो, अशी तर या बातम्या देणाऱ्यांची समजूत नसते ना?

परवा सहज वाचलेली हीच बातमी पाहा ना! अमरावतीची गोष्ट आहे ही! तिथे एक लाल तोंडाचे माकड रस्त्याने जाणाऱ्या-येणाऱ्यांना फार त्रास देई. बाजारातही ते धमाल उडवून देऊ लागले. त्याला पकडण्याकरता बक्षीस लावण्यापर्यंत पाळी आली. शेवटी त्या माकडाला कुणीतरी मारले. झाले, लगेच त्या माकडाची स्मशानयात्रा निघाली. त्या स्मशानयात्रेला खूप गर्दी लोटली होती, असेही त्या बातमीदाराने शेवटी लिहिले होते.

हे वाचता वाचता माझ्या मनात आले, बातमी तर मोठी फक्कड आहे. फक्त दोनच गोष्टींची उणीव आहे तिच्यात! एक, त्या कैलासवासी (माकडे ही रामभक्त असल्यामुळे त्यांना वैकुंठवासी म्हणणे अधिक योग्य होईल काय? संस्कृति-संरक्षकांनी विचार करावा.) माकडाचा फोटो आणि दुसरी, असल्या बातम्यांच्या शेवटी आवश्यक असलेली सदिच्छा - 'ईश्वर मृताच्या आत्म्यास शांती देवो!'

अरे हो! आणखी एक गोष्ट विसरलोच की! काळ्या रेघांची चौकट हवी होती या बातमीभोवती!

मला मोठे नवल वाटले त्या बातमीदाराचे! सबंध हिंदुस्थानात फक्त अमरावतीलाच एक लाल तोंडाचे माकड असते तर गोष्ट निराळी होती. पण या अठराशे मैल रुंद आणि एकोणीसशे मैल लांब देशात गावोगाव अशी माकडे आहेत. त्यांची लोकसंख्या एकसारखी वाढतच आहे. हिंदुस्थानात माकडांचेच राज्य आहे असे कुणी थट्टेने म्हटले तरी चालेल, इतका या लाल तोंडाच्या प्राण्याचा ठिकठिकाणी सुळसुळाट आढळतो. हिंदुस्थान हा सर्पांचा देश आहे असे लंडन किंवा न्यूयॉर्कमध्ये बसून हिंदुस्थानविषयी पुस्तके खरडणारे गोरे लेखक खुशाल म्हणोत! प्राचीन काळी हा नागांचा देश होता हे इतिहाससुद्धा कबूल करतो. पण आज मात्र तो त्या कृष्ण नागांचा देश राहिला नसून लाल तोंडाच्या माकडांचा देश होऊन बसला आहे.

बिचारे नाग फणा खाली करून आता गारुड्यांच्या टोपल्यांत नाहीतर रानावनांतल्या बिळांत लपून बसले आहेत आणि माकडे मात्र अमरावतीसारख्या मोठमोठ्या शहरांतूनसुद्धा तैमूरलंगाप्रमाणे लोकांना राजरोस उपद्रव देत ऐटीत मिरवत आहेत!

अशा स्थितीत एका माकडाचा मृत्युलेख छापण्यात अमरावतीच्या त्या बातमीदाराने विशेष असे काय साधले? माकडे अतिशय निरुपद्रवी असतात. रावणासारख्या जुलमी राक्षसाविरुद्ध होणाऱ्या लढ्यात मोठ्या आनंदाने ती भाग घेतात, असल्या काही जुन्यापुराण्या कल्पना त्या बातमीदाराच्या मनात घोळत असतानाच त्याच्या दृष्टीला ते माकड पडले असेल काय? अखिल मर्कटजातीविषयी त्याने मनामध्ये बाळगलेल्या या पूज्य भावनेला अमरावतीच्या या विशिष्ट माकडाच्या चेष्टांनी धक्का बसून त्याला मोठे दुःख झाले असेल का? त्या दुःखामुळे या मर्कटाच्या पुढच्या लीलांविषयी एकप्रकारचे विकृत कुतूहल त्याच्या मनात उत्पन्न झाले असेल काय? आणि त्या कुतूहलाचा कळस म्हणून त्या माकडाच्या मृत्यूची बातमी देण्याचा मोह त्याला अगदी अनावर झाला असेल —

या विविध प्रश्नांची उत्तरे मानसशास्त्रज्ञाशिवाय कोण देऊ शकेल?

मात्र माकडे सज्जन असतात. ती रानावनातल्या फळांवर उपजीविका करून राक्षसांविरुद्ध लढण्याइतकी सात्त्विक असतात वगैरे वगैरे समजुती उराशी अखंड बाळगल्यामुळे त्या बातमीदाराला अमरावतीतल्या मर्कटलीला पाहून जर धक्का बसला असेल तर त्याचा सारा दोष त्याच्याकडेच आहे. त्याने माकडापासून अपेक्षिलेले गुण त्या जातीत एकेकाळी होते हे खरे! पण तो काळ आता आहे कुठे? रामराज्यात माकडे सज्जन होती. यथा राजा तथा प्रजा हे कदाचित त्याचे कारण असू शकेल; पण आता सज्जनांच्या स्वप्नसृष्टीशिवाय रामराज्याला जगात दुसरीकडे कुठे जागा आहे?

आणि आधुनिक दृष्टीने पाहिले तर रामराज्यात भित्रेपणाखेरीज दुसरे काय आढळते? एक परीट सीतेविरुद्ध काहीतरी कुजबुजला तर रामाने लगेच आपल्या प्रिय पत्नीचा त्याग केला. पण महर्षी रानड्यांपासून महात्मा गांधींपर्यंत असंख्य मोठमोठी माणसे जे उघडउघड बोलत आली आहेत, त्यांच्याकडे कुठल्या तरी ग्लॅडस्टनने किंवा चर्चिलने कधी फारसे लक्ष दिले आहे का? सीतेचा त्याग केल्यानंतर रामाने मोठा अश्वमेध यज्ञ केला. यज्ञ यथासांग करायचा म्हणजे यजमानाच्या जोडीने बसायला त्याची बायको हवी! बिचारा राम मोठ्या पंचाईतीत पडला. तो विसाव्या शतकात- निदान एकोणिसाव्या शतकाच्या अखेरीस — जन्मला असता तर बौद्धिक भुकेचा आधार घेऊन लगेच एखाद्या एम.ए., पीएच.डी. विदुषीबरोबर त्याला बोहल्यावर चढता आले असते आणि मग यज्ञाचे पुण्यही त्याच्या पदरात पडले असते. पण राम तेवढा भाग्यवान होता कुठे? त्याच्या

अडाणी राज्यात 'बौद्धिक भुके'सारख्या सुसंस्कृत गोष्टी असणार कुठून? रामाने मुकाट्याने सीतेच्या आकाराची सोन्याची पुतळी केली आणि तिला डाव्या बाजूला बसवून यज्ञकर्म पार पाडले. रामाच्या काळात आणि आजच्या काळात अंतर आहे ते हेच! त्यावेळी माणसांचे हुबेहूब पुतळे करण्याइतके सोने होते! पण बौद्धिक भूक? छे! एकालासुद्धा ती कधी चरचरून लागल्याचा दाखला नाही इतिहासात!

दोन काळातले हे अंतर विसरल्यामुळेच अमरावतीच्या बातमीदाराची त्या माकडाच्या बाबतीत थोडी गफलत झाली असावी. कदाचित सीतेने दिलेला रत्नहार मारुतीने फेकून दिल्याची गोष्टही हे माकड पाहत असताना त्याच्या मनात घोळत असेल. 'ज्या रत्नांत राम दिसत नाही ती रत्ने आणि शुद्ध दगड माझ्या दृष्टीने सारखेच आहेत', असे मारुतीने सीतेला सांगितले होते. आपल्या गावातले हे माकडही ती पवित्र परंपरा पाळीत असेल अशा आशेने हा बातमीदार त्याच्याकडे पाहू लागला असेल. पण एक गोष्ट तो अजिबात विसरला. अलीकडे माकडेसुद्धा खूप सुधारली आहेत. 'आधीच मर्कट तशांतही मद्य प्याला' हे काव्य आमच्या या विद्वान बातमीदाराच्या कानांवर अद्यापही पडले नाही काय? ही नि:संशय विसाव्या शतकातली सुधारणा आहे. त्रेतायुगातल्या माकडांना मद्य हा शब्दसुद्धा कदाचित माहीत नसेल.

एकदा एका माकडाला कुणी रत्नहार अर्पण केला तेव्हा त्याने तो पहिल्यांदा चाटून पाहिला, नंतर त्याचा वास घेतला, शेवटी तो चावून बघितला आणि मग मान हलवून झटपट त्याची गुंडाळी करून स्वारी त्या आसनावर एकदम विराजमान झाली असे माकडाचे वर्णनही एका जुनाट कवीने केले आहे हे खरे! पण त्या कवीबरोबरच तो काळ निघून गेला. माकडे आता मागासलेली राहिली नाहीत. भांडवलशाही, साम्राज्यशाही आणि हुकूमशाही यांचे बाळकडू त्यांनाही पिढ्यान् पिढ्या मिळू लागले आहे. भोळ्या लोकांकडून जे अनायासे मिळेल ते पदरात पाडून घ्यायचे आणि जे मिळणार नाही ते नखांची भीती दाखवून काढून घ्यायचे या गेल्या दोन-तीन शतकांतल्या मानवी नीतीत माकडेसुद्धा आता पारंगत झाली आहेत. उद्या जर त्यांना वाचा फुटली तर 'आम्ही तुमचे पूर्वज नाही, वंशज आहोत' असे म्हणतच ती तुमच्या-आमच्या गळ्यात पडू लागतील.

या साऱ्या उघड उघड गोष्टी अमरावतीच्या त्या विद्वान बातमीदाराला काय कळत नसतील? न कळायला काय झाले? हल्लीच्या युगात अनेक वर्तमानपत्रे संपादकाच्या बुद्धीपेक्षा बातमीदारांच्या कल्पकतेवर चालतात म्हणे! आणि युद्धाच्या कथा आपल्याला रम्य वाटतात त्या कुणामुळे? बातमीदारांच्या बुद्धिविलासामुळेच ना? मग ती माकडाची बातमी देण्यात अमरावतीच्या या बातमीदाराचा काही विशेष उद्देश असलाच पाहिजे, नाही का?

मी पुन्हा ती बातमी वाचली. एकदम माझ्या डोक्यात लख्खकन् प्रकाश पडला. तात्पर्य, न दिलेल्या इसापच्या एखाद्या गोष्टीचा आपण काहीतरी भलताच अर्थ करावा तशी माझी स्थिती झाली होती. अमरावतीच्या त्या चतुर बातमीदाराचा हेतू चावट चमत्कृती किंवा क्षणिक गंमत निर्माण करण्याचा नव्हता. हिंदी राष्ट्राच्या प्रगतीला ही बातमी पोषक आहे म्हणूनच त्याने आपली लेखणी उचलली आणि इतका महाग झालेला पांढरा कागद खर्च केला.

हिंदू समाज अजून फार भाबडा, फार सात्त्विक, फार देवभोळा आहे. माकडाला मारणे हे आपल्यात पाप समजतात. कुणीतरी शूर मनुष्याने चार-दोन शतकांपूर्वी तलवार गाजविलेली असावी आणि त्याने पराक्रमाने मिळविलेल्या संपत्तीच्या राशीवर बसून त्याच्या आजच्या मूर्ख वंशजांनी आपली चैन चालवावी, तसा माकडांच्या बाबतीत आपल्या देशात प्रकार झाला आहे. साऱ्या जगाच्या इतिहासात मारुती हीच काय ती एकुलती एक पूज्य व्यक्ती या जातीत जन्माला आली. पण मारुतीच्या या माहात्म्यावर गेली हजारो वर्षे माकडांच्या टोळ्याच्या टोळ्या आपल्या देशात लोकांना उपद्रव देत राहिल्या आहेत. घरांची कौले फोडावीत, बागेतली फुलझाडे उद्ध्वस्त करावीत, फळझाडांचा निकाल लावावा, प्रसंगी लहान पोरांना ओचकारावे - काय वाटेल ते अत्याचार त्यांनी करावेत. आम्ही हिंदू लोक फक्त रॉकेलचे रिकामे डबे घेऊन ते जोराने वाजवीत माकडांच्या या टोळक्यांना पिटाळून लावण्याचा प्रयत्न करणार. पण या सुधारलेल्या माकडांना रिकाम्या डब्यांचा पोकळ आवाज आणि बंदुकींचा भरीव आवाज यातले अंतर कळू लागलेले असते. कुठलेही सरकार अर्जविनंत्यांच्या राजकारणाला जेवढी किंमत देते तेवढीच ही माकडे रिकाम्या डब्यांच्या आवाजाला देतात. पण असे असूनसुद्धा माकडाला मारले की पाप लागते या समजुतीमुळे त्याला मारायला सहसा कुणी तयार होत नाही. सारे लोक चडफडत या मूर्ख प्राण्याचा जुलूम सोशीत असतात.

परवा अमरावतीत या परंपरागत दुबळेपणाला रजा देण्यात आली. कुणीतरी एक मनुष्य अत्यंत आवश्यक अशी माकड मारण्याची गोष्ट करायला तयार झाला. आपल्याला असह्य उपद्रव देणाऱ्या प्राण्याच्या हत्येत पाप नसून असले तर पुण्यच आहे, अशी नवीन श्रद्धा बाळगणारी एक-तरी व्यक्ती एवढ्या मोठ्या गावात निघाली या गोष्टीचे कौतुक करण्याकरताच त्या बातमीदाराने ही बाह्यत: गमतीची वाटणारी बातमी दिली असली पाहिजे.

पूजेच्या आणि भक्तीच्या अनेक जुन्या कल्पना आपण आता सोडून दिल्या पाहिजेत हे या चतुर बातमीदाराने सूचित केलेले सत्य आता कोण अमान्य करील? जुने संकेत - मग ते सामाजिक असोत, धार्मिक असोत, आर्थिक असोत अथवा वाङ्मयविषयक असोत - त्या काळच्या विशिष्ट परिस्थितीतून आणि त्या काळच्या

माणसांच्या विशिष्ट गरजांतून निर्माण झालेले असतात. तो काळ संपल्यावरही ते संकेत पाळीत सुटणे म्हणजे मसाला भरून प्रेते अमर करण्याची धडपड करण्यासारखेच नाही का?

नव्या काळाबरोबर नवे संकेत रूढ व्हायलाच हवेत. माकडाला मारणे हा आपल्या समाजाच्या दृष्टीने असाच एक नवा संकेत असल्यामुळे त्याचे स्वागत करण्याकरताच त्या बातमीदाराने या विलक्षण स्मशानयात्रेची बातमी मुद्दाम दिली असावी. त्या स्मशानयात्रेला गर्दी लोटली होती यात काहीच नवल नाही. हिंदू समाजाची संस्कृती स्वभावत:च उदार आहे. वैर करायचे झाले तरी ते मरणाच्या क्षणापर्यंत करावे, त्यानंतर नाही अशीच आपल्या संस्कृतीची शिकवण आहे.

त्या खोडकर माकडाची स्मशानयात्रा अमरावतीत निघाली व ती पार पडल्यानंतर चार दिवसांनी ही बातमी मला वाचायला मिळाली याला माझा इलाज नाही. पण ही गोष्ट कोल्हापुरात घडली असती तर मीसुद्धा त्या अभूतपूर्व अंत्ययात्रेच्या गर्दीत सामील झाल्याशिवाय राहिलो नसतो. 'जुने संकेत अंधपणाने पाळू नका, धर्माच्या किंवा दुसऱ्या कुठल्याही नावाखाली जुलूम सोसू नका, आपल्याला उपद्रव देणाऱ्यांची पूजा करीत बसण्याचा मूर्खपणा यापुढे करू नका', असाच त्या स्मशानयात्रेचा संदेश नाही काय?

❖

एक भास

चाळिशी उलटण्यापूर्वी मनुष्य मूर्ख असतो आणि ती उलटली की तो दुष्ट होतो असे शॉने म्हटले आहे. या उक्तीत विलक्षण मर्मभेदकपणा असला तरी मला ती कधीच खरी वाटली नाही. चाळिशीच्या नदीने माणसाच्या आयुष्याचे दोन भिन्न भाग केले आहेत हे मला मान्य आहे. पण मला नेहमीच वाटते, मनुष्य चाळीस वर्षांचा होईपर्यंत आशावादी असतो आणि पन्नाशीबरोबरच निराशेची झुळूकही त्याच्या जीवनात प्रवेश करते. आता यावर आशा हे मूर्खपणाचे दुसरे काव्यमय नाव आहे आणि निराशा हे दुष्टपणाचे दुसरे सभ्य नाव आहे असे शॉ म्हणू शकेल ही गोष्ट निराळी!

परवा एका पेन्शनराशी सहज गप्पागोष्टी करण्याचा प्रसंग आला. तेव्हा पन्नाशी उलटली की मनुष्य जीवनाविषयी कसा अश्रद्ध होत जातो हा अनुभव मी अत्यंत तीव्रतेने घेतला. यंदाच एम.ए. झालेल्या एका विद्यार्थ्याविषयी आम्ही बोलत होतो. 'हा आता काय करणार आहे?' पेन्शनर महाशयांनी मला प्रश्न केला. 'मुंबईला नोकरीकरता जाणार आहे. घरी चार-पाच धाकडी भावंडं आहेत. त्यांच्या शिक्षणाची जबाबदारी याच्यावरच आहे.'

पेन्शनर काही बोलले नाहीत. नुसते हसले मात्र! पण हिरवळीने झाकलेल्या एखाद्या बिळातून बोटभर रुंदीच्या जिवाणूने हळूच डोके वर काढावे त्याप्रमाणे त्यांच्या हसण्यातून एक प्रकारचा सूक्ष्म तिरस्कार मला प्रतीत झाला. मला मोठे आश्चर्य वाटले त्यांच्या या वृत्तीचे! उपहास करण्यासारखे त्या विद्यार्थ्याविषयी मी काय बोललो होतो?

थोडा वेळ थांबून पेन्शनरसाहेब मला म्हणाले, 'कवी आहात झालं!'

कवी हा शब्द प्राचीन काळी द्रष्टा या अर्थाने वापरला जात असला तरी आधुनिक जीवनकोशात त्याला फक्त एकच अर्थ आहे हे मलाही ठाऊक आहे. आधुनिक व्यवहार म्हणतो, कवी म्हणजे मूर्ख मनुष्य. पण त्या मुलाविषयी मी जे बोललो होतो त्यात या व्यवहारचतुर पेन्शनरांनी टीका करावी असे कुठले स्वप्नाळू काव्य भरले होते, ते मला काही केल्या कळेना.

एक-दोन मिनिटे माझ्या बावरलेल्या मन:स्थितीचा आनंद उपभोगून शेवटी ते म्हणाले, 'अहो, या पोराला मुंबईला नोकरी लागल्यावर हा आपल्या भावंडांना

थोडाच विचारणार आहे? आपल्या जिवाची मुंबई करील तो! पण पोटाला चिमटा घेऊन किंवा चैनीचा मोह दूर झुगारून हा आपल्या भावाबहिणींना मदत करील याच्यावर क्षणभरसुद्धा विश्वास बसणार नाही माझा!'

लगेच त्यांनी आपले निरनिराळे अनुभव सांगायला सुरुवात केली. एका बड्या पगाराच्या माणसाची सुशिक्षित पत्नी नवऱ्याच्या आवडीनिवडींची पर्वा न करता त्याची खाणावळीतल्या डब्यावरच कशी संभावना करते, जवळ असले नसलेले विकून बापाने ज्याचे शिक्षण केले होते अशा गरीब कुटुंबातल्या एका वडील मुलाने आईबाप आणि धाकडी भावंडे यांना घरातून सन्मानपूर्वक कसे हाकलून दिले, एका सुखवस्तू कुटुंबातला एक वडीलभाऊ पुण्याच्या एका हॉटेलात मृत्युशय्येवर पडला असताना, गावात असूनही धाकटा भाऊ त्याची चौकशी करायलासुद्धा कसा गेला नाही - एक ना दोन. असली दहा उदाहरणे त्यांनी मला सविस्तर वर्णन करून सांगितली. या उदाहरणांतला प्रत्येक प्रसंग मोहनलाल दवे या चित्रपटकथालेखकाचा कथाविषय होण्याला अगदी लायक होता.

ज्याला आपण कौटुंबिक प्रेम म्हणतो ते आता फक्त कविकल्पनेतच उरले आहे एवढे सुचवूनच ते थांबले नाहीत. त्यांनी मग आपली दृष्टी सामाजिक गोष्टींकडे वळविली. अमक्या मोठ्या माणसाचा स्त्रीलंपटपणा, तमक्या पुढाऱ्याचा फंडगुंडपणा - ते सांगत असलेल्या गोष्टी सर्वस्वी खोट्या नव्हत्या. यापूर्वीच मी त्या ऐकलेल्या होत्या. काहींच्या बाबतीत तर ऐकीव माहितीपेक्षा अधिक महत्त्वाचा असा पुरावाही माझ्या संग्रही होता.

त्या पेन्शनरांनी पाच-दहा मिनिटेच या विचित्र विषयावर वक्तव्य केले असेल. पण ते निघून गेल्यावर कितीतरी वेळ मी उदास होऊन बसलो होतो. माझे मन राहून राहून म्हणत होते - प्रेम, त्याग, संयम, प्रामाणिकपणा इत्यादी गोष्टी या जगात आढळतात. पण त्या क्वचित! प्रतिभेप्रमाणे हजारातल्या एखाद्यालाच असल्या एखाद्या गुणाची देणगी निसर्ग देतो. पण हे गुण काही शिक्षणाने निर्माण होत नाहीत. आजची मानवता या सद्गुणांकडे पाठ फिरवून व्यक्तिसुखाच्या आणि त्यातही शरीरसुखाच्या मागे धावत सुटली आहे. कोमल काव्य हाच सुखी आयुष्याचा आत्मा मानून वागणारे सध्याच्या जगात जन्मभर दुःखे भोगत राहतात. उलट क्रूर व्यवहाराच्या पायावर जीवन-मंदिर उभारणारे त्या मंदिरातल्या भव्य महालात अनेक विलासांत मग्न होऊन जातात.

माझे दुसरे मन म्हणू लागले, मनुष्य हा अजूनही पशूचा अगदी जवळचा नातलग आहे. त्याचे देवाशी नाते असलेच तर ते फार दूरचे आहे इत्यादी त्या गृहस्थांनी सुनावलेले सिद्धान्त सत्य मानून आपण उगीच विषण्ण झालो आहो. मानवी मनाला काळी बाजू आहे यात शंकाच नाही. पण त्याची एक बाजू जितकी

काळीकुट्ट आहे तितकीच दुसरी उज्ज्वल आहे. एका य:कश्चित कपोताचे प्राण वाचविण्याकरता शिबिराजाने आपले मांस कापून दिले, ही कथा कदाचित एखाद्या प्रतिभाशाली ऋषीची कविकल्पना असेल! पण दासबाबूंनी देशासाठी लक्षावधी रुपयांच्या मिळकतीवर एका क्षणात पाणी — आणि तेही आनंदाश्रूंचे — सोडले ही गोष्ट फार लोकांनी डोळ्यांनी पाहिली आहे ना? वानप्रस्थाश्रम स्वीकारणारा याज्ञवल्क्य आपली पत्नी मैत्रेयी हिला आपल्या मालकीची सर्व मिळकत देऊ लागला तेव्हा तिने 'या संपत्तीनं माझ्या आत्म्याचा उद्धार होईल का?' असा जो विलक्षण पण विचारप्रवर्तक प्रश्न त्याला विचारला तो ऐकणाऱ्या वृक्षवेली आज विद्यमान नाहीत; पण देशाच्या स्वातंत्र्यसंग्रामात हसत उडी घेणाऱ्या जवाहरलालांच्या पावलावर पाऊल टाकून जाण्याची आपली इच्छा कमलादेवींनी कोणत्या शब्दांनी व्यक्त केली असेल हे अलाहाबादच्या स्वराज्यभुवनाच्या भिंतीसुद्धा आज कुणालाही सांगू शकतील.

मनाचा उदासपणा घालविण्याकरिता सर्व उदाहरणे मी आठवू लागलो. त्यांनी क्षणभर माझे समाधान झाले. पण लगेच माझ्या लक्षात आले, आपण आपली फसवणूक करून घेत आहो. असली उज्ज्वल उदाहरणे हे अपवाद आहेत. या जगात बुद्ध आणि ख्रिस्त एकेकदाच होऊन गेले. पण सिकंदर, तैमूरलंग, नेपोलियन आणि हिटलर यांची परंपरा मात्र अखंड चालू राहिली आहे. मानवी जीवनाच्या खाणीत सोन्याचे कण अजून फार थोडे सापडतात. बाकी सर्व माती! पाहावे तिकडे माती!

माणसाचे डोके दुखत असले तर दुसऱ्याला त्याला होणाऱ्या त्रासाची काहीच कल्पना येत नाही. पण तो स्वत: मात्र अगदी बेचैन होऊन गेलेला असतो. त्याची तात्त्विक दु:खेही अशीच असतात.

तो सारा दिवस मी एकसारखा अस्वस्थ होतो. दुपारी अगदी साध्या गोष्टीसाठी मी बायकोवर एकदम चिडलो. शाळा सुटून मुले घरी आल्यावर 'दंगा काय करता?' म्हणून मी गस्त घालणाऱ्या पोलिसाच्या आवाजात त्यांना दरडावले. शेवटी माझी एक आवडती कादंबरी घेऊन ती वाचायला मी सुरुवात केली. पण पाऊस पडल्यावर हापूस आंबासुद्धा जसा बेचव लागू लागतो, तशी अस्वस्थ मन:स्थितीमुळे मला ती कादंबरी नीरस वाटू लागली. माझे ते आवडते पुस्तक दूर फेकून देऊन मी घराबाहेर पडलो.

दूर दूर - अगदी पूर्ण एकांत असलेल्या एका जागी जाऊन बसलो मी! या जागी येऊन बसले की माझे मन नेहमी प्रसन्न होत असे. पण आज मात्र - आज काही केल्या ते ताळ्यावर येईना. इथे बसले की समोरच्या गुलमोहराच्या तांबड्या फुलांकडे पाहून यौवनातल्या स्वप्नाळू प्रीतीची ही प्रतिबिंबे आहेत अशी कल्पना

माझ्या मनात नेहमी येऊन जायची. पण आज ती फुले हे फसविल्या गेलेल्या प्रीतीचे रक्ताचे अश्रू आहेत असे मला वाटू लागले. सभोवारच्या वडांच्या लोंबणाऱ्या पारंब्या हे खेळकर बालकांचे झोले वाटते मला नेहमी! पण आज माणसाची गळफास लावून घ्यायची सोय व्हावी म्हणूनच निसर्गाने वडाच्या झाडांना इतक्या लांब लांब पारंब्या दिल्या असाव्यात, अशी विचित्र कल्पना प्रथमत:च माझ्या मनात आली.

हळूहळू अंधार पडू लागला. आकाशात एक एक चांदणी उगवू लागली. हे मोहक दृश्य पाहून दर वेळी मला एखादी सुंदर कल्पना सुचे. पण सकाळपासून जग आणि जीवन यांच्याविषयी जी विचित्र अश्रद्धा माझ्या मनात निर्माण झाली होती, तिचे आणि सौंदर्याचे जन्मत:च वाकडे असावे! हळूहळू पसरू लागलेला अंधार आणि वर चमकणाऱ्या चांदण्या पाहून माझ्या मनात आले, जगातल्या आसन्नमरण झालेल्या मानवधर्माला खाली काढून ठेवण्याकरता कुणीतरी हे लांबलचक काळे कांबळे पसरीत आहे - आणि लवकरच त्या धर्माची जी प्रचंड प्रेतयात्रा निघणार आहे तिच्यावर उधळण्याकरता आकाशाच्या विशाल परडीत भराभर फुले गोळा केली जात आहेत.

ही कल्पना मनात येताच माझी मलाच भीती वाटू लागली. अंधार दाटत चालला होता. पण काही केल्या उठावे असे वाटेना मला! किती वाजले हे पाहण्याकरता मी घड्याळाकडे दृष्टी वळविली. माळावरल्या त्या अंधुक प्रकाशात साडेआठ वाजल्याचा भास होत होता.

अवघे साडेआठ! अजून हा विचित्र दिवस संपायला साडेतीन तास आहेत! अरे देवा!

आपले घड्याळ बंद पडले असावे असा मला संशय आला. मी ते कानाशी नेऊन पाहिले. टिक - टिक - टिक! किती गोड नाजूक आवाज!

एकदम ती टिक-टिक थांबली. मी क्षणभर घड्याळ कानाशी नेऊन पाहिले. त्याची चाल एकदम थांबली होती. जणूकाही भोवतालचा आणि माझ्या मनातला अंधार पाहून त्याची हृदयक्रिया क्षणार्धात बंद पडली होती!

घड्याळाला किल्ली द्यायचीसुद्धा इच्छा होईना मला! मी तसाच बसून राहिलो. इतक्यात समोरच्या काळोखातून एक अंधुक विशाल आकृती माझ्या रोखाने जलद पावले टाकीत येत असलेली दिसली. हां हां म्हणता ती माझ्याजवळ - अगदी जवळ - आली आणि 'प्रभो सच्चिदानंद' असे उद्‌गार काढून ती माझ्याशेजारीच बसली. मी त्या मनुष्याकडे निरखून पाहू लागलो. फार वृद्ध दिसत होता तो. त्याच्या तोंडावरल्या सुरकुत्या आणि अंगावरले फाटके कपडे यांच्यात अधिक जीर्ण काय होते हे सांगणे कठीण होते. रंगूनचा बॉम्बहल्ला होऊन खूप दिवस झाले होते.

नाहीतर त्यातून जीव बचावून आलेला हा एक दुर्दैवी वृद्ध आहे अशीच मी माझ्या मनाची समजूत करून घेतली असती. मी त्याच्याकडे निरखून पाहत आहे हे त्याच्या लक्षात आले असावे. तोही माझ्याकडे वळून पाहू लागला.

अरे बाप रे! त्याचे ते दोन्ही डोळे किती विचित्र दिसत होते! त्याच्या उजव्या डोळ्यांतून गंगाजळाप्रमाणे निर्मळ असे अश्रू ठिबकत असल्याचा भास झाला मला! पण त्याच्या दुसऱ्या डोळ्यांतून एखाद्या पवित्र यज्ञकुंडातल्याप्रमाणे अग्निस्फुल्लिंग उडत असल्यासारखे वाटत होते. त्याच्या हातातल्या पडशीकडे पाहत मी त्याला प्रश्न केला, 'कुठून आलात आजोबा?'

'कुठून?' एवढा एक शब्द उच्चारून तो डोके खाजवू लागला. म्हातारी माणसे विसराळू होत जातात, त्यामुळे आपण कुठल्या गावाहून आलो याचेसुद्धा या वृद्धाला स्मरण राहिले नाही याचे मला नवल वाटले नाही. त्याला आपल्या गावाचे नाव आठवत नसावे असे पाहून मी म्हणालो, 'फार दमलेले दिसता तुम्ही!'

तो हसून म्हणाला, 'छे! उगीच मजेनं थांबलोय मी. तसा कधीच दमत नाही मी. दिवसाचे चोवीस तास आणि वर्षाचे बारा महिने मी चालतच असतो. अगदी अखंड. क्षणाचीसुद्धा विश्रांती लागत नाही मला.'

विसराळूपणाप्रमाणे बढाईखोरपणाही वृद्धांत नेहमीच आढळतो. म्हणून त्याच्या या उद्‌गारांकडे विशेष लक्ष न देता मी म्हणालो, 'कुठल्या यात्रेला चाललाय आजोबा?'

माझ्या 'आजोबा' या संबोधनाचा त्याला विलक्षण राग आला असावा. बाकी आपण तरुण आहो हे दाखविण्याचे वेडच असते म्हणा प्रत्येक माणसाला. चिडखोर आवाजाने तो म्हणाला, 'आजोबा, आजोबा काय म्हणतोस मला? तुझ्या आजोबाचा आजोबा जेव्हा रांगत होता तेव्हाही मी असाच दिसत होतो आणि तुझ्या नातवाचा नातू ज्या वेळी खोकत काठी टेकीत टेकीत चालत असेल त्यावेळीसुद्धा माझी सुरत अशीच राहणार आहे.'

स्वारी वेड्याच्या इस्पितळातून पळून तर आली नाही ना, अशी शंका माझ्या मनात आली. पण वेड्याशी बोलताना वेड्याच्याच कलाने घ्यावे लागते. म्हणून मी म्हणालो, 'हे पाहा... आजो... नाही, नाही चुकलो. तुमचं नाव ठाऊक नाही मला, म्हणून भलतेच शब्द तोंडात येतात.'

'माझं नाव?' हे दोन शब्द उच्चारून तो असा काही चमत्कारिक हसला की, आपला एखादा जीवश्चकंठश्च बालमित्र फार दिवसांनी आपल्याला भेटावा, त्याने आपल्या पाठीवर थाप मारून 'कसं काय भावड्या?' असे म्हणावे आणि आपल्याला मात्र त्याचे नावसुद्धा आठवू नये. अगदी तस्से झाले मला आता!

मनाचा हा गोंधळ लपविण्याकरिता मी त्याला विचारले, 'किती दिवस झाले

तुमच्या या मुशाफिरीला?'

'मी दिवसांनी हिशेब करीत नाही. युगांनी करतो. माझ्याइतका जग पाहिलेला प्रवासी, हजारो तऱ्हांची माणसं भेटलेला भटक्या तुला त्रिभुवनात दुसरा आढळणार नाही.'

त्याचे हे बोलणे मला मोठे विक्षिप्तपणाचे वाटले. पण सकाळपासून मला अस्वस्थ करून सोडणाऱ्या प्रश्नाचे उत्तर कदाचित हा बढाईखोर वेडाच बरोबर देऊ शकेल असे वाटून मी त्याला म्हटले, 'आं - नाही, नाही! तुम्ही खूप खूप माणसं पाहिली आहेत. तेव्हा तुम्हांला माझ्या एका शंकेचं निरसन करता येईल. मनुष्य सज्जन आहे की दुष्ट आहे? तो खरोखरच सुधारत आहे की सुधारणेच्या नव्या गोंडस नावाखाली तो आपल्या रानटीपणाचं प्रदर्शनच मांडीत राहिला आहे? मनुष्य अजून पशूच आहे की तो देव होण्याच्या मार्गाला लागला आहे?'

मला मध्येच थांबवून तो वृद्ध म्हणाला, 'उगीच बडबडू नकोस. पोकळ शब्दांनी आयुष्यातली कोडी सुटत नसतात. मनुष्यातले पशुत्व नाहीसे करण्याचे प्रयोग या जगात हजारो वर्षे चालले आहेत. पण विनाशक विमानं किंवा विषारी वायू शोधून काढण्याइतकं हे काम सोपं नाही बाबा! पाषाणातून फुलं फुलवायची आहेत इथं! नवा मनुष्य निर्माण करण्याच्या या प्रयोगात काही-काही वेळा असे भयंकर अनुभव येतात की, तो प्रयोग सोडून कुठंतरी दूर दूर पळून जावं असं मला वाटतं.'

'तुम्हांला?'

'हो, मला! हा प्रयोग मीच चालविलाय.'

वेड्याच्या तोंडाला काय लागायचे म्हणून मी गप्प बसलो. तो वृद्ध पुढे बोलू लागला, 'हातातोंडाशी आलेला एकुलता एक मुलगा मृत्यूने हिरावून नेला म्हणजे त्याच्या आईची जी करुणाजनक स्थिती होत असेल, तिचा अनुभव मी अनेकदा घेतला आहे. जगातल्या अनेक ऋषींनी, संतांनी आणि माहात्म्यांनी अशावेळी माझं सांत्वन केलं आहे. दुःख विसरून पुन्हा दरवेळी मी नव्या ईर्षेने या प्रयोगाला सुरुवात केली आहे.'

हे बोलता बोलता तो वृद्ध आणखी जवळ सरकून अगदी सलगीने माझ्याशी बोलू लागला. त्याने सहज माझ्या खांद्यावर हात ठेवला. तो हात गार गार लागेल आणि सुरकुतलेला असेल अशी माझी कल्पना होती. पण तो किती उबदार आणि किती गुलगुलीत - अगदी लहान मुलाच्या गालाइतका मऊ होता तो!

तो वृद्ध म्हणाला, 'नवा मनुष्य निर्माण करण्याच्या माझ्या प्रयोगाला फार दिवस झाले हे खरे! असल्या गोष्टीत विलंबामुळे लोकांचा विश्वास नाहीसा होतो हेही काही खोटे नाही. पण आतापर्यंत हा प्रयोग करताना अज्ञानामुळे माझ्या हातून फार

चुका होत आल्या होत्या. भीती, प्रीती, नीती, कीर्ती, संपत्ती वगैरे निरनिराळ्या प्रकारचा मालमसाला घालून मी पुन:पुन्हा नवा मनुष्य निर्माण केला पण प्रत्येक वेळी तो मूळपदावर गेला. आता मात्र एक अगदी नवीन कल्पना सुचलीय मला! ती यशस्वी होणारच होणार, अशी माझी श्रद्धा आहे. म्हणून तर मी या पडशीत नव्या मनुष्याच्या निर्मितीला लागणारे सर्व साहित्य घालून कुठंतरी एकान्तात बसायला चाललोय. ही जागा त्या दृष्टीने जरा बरी दिसली म्हणून —'

तो भोवताली पाहू लागला. त्याच्या पडशीत काय काय साहित्य आहे हे पाहण्याचा मोह मला अगदी अनावर झाला. मी हळूच त्याच्या पडशीचे तोंड उघडून आत हात घातला. एकदम दोन छोटे फोटो लागले माझ्या हाताला. मी ते काढून पाहिले. अंधारात अगदी अंधुक अंधुक दिसत होते. पण त्या फोटोतला एक गांधीजींचा आहे आणि दुसरा लेनिनचा आहे हे माझ्या लक्षात आले. फोटो पडशीत ठेवून मी तिच्यातल्या दुसऱ्या वस्तू चाचपू लागलो. एक कोयता माझ्या हाताला लागला, त्यानंतर एक सूत काढायची टकळी, एक हातोडा, एक —

तो वृद्ध माझ्याकडे वळून म्हणाला, 'किती वाजले?'

माझे घड्याळ तर मघाशीच बंद पडले होते. आधी त्याला किल्ली देऊन मग नऊ वाजल्याची थाप मारावी म्हणून मी वाकून घड्याळाला किल्ली देऊ लागलो. किल्ली देऊन मी वर मान करतो तो —

तो शेजारचा वृद्ध आपली पडशी घेऊन भराभर चालू लागला होता. त्याला थांबविण्याकरता हाका माराव्यात असा विचार माझ्या मनात आला; पण त्याचे नाव- इतका वेळ त्याच्याशी बोलून त्याचे नावसुद्धा कळले नव्हते मला. त्याला कशी हाक मारावी या विचारात मी होतो. इतक्यात जणूकाय माझ्या घड्याळातूनच एक अस्फुट ध्वनी माझ्या कानांवर पडला — 'काळपुरुष!'

इतका वेळ ही साधी गोष्ट आपल्या लक्षात कशी आली नाही याचे माझे मलाच आश्चर्य वाटू लागले. काळपुरुषाच्या त्या पडशीत आणखी काही पुष्कळ सामान होते. ते सारे आपल्याला पाहायला मिळाले असते तर किती बरे झाले असते, असा विचार मनात येऊन मी अगदी अस्वस्थ होऊन गेलो.

त्या लोकविलक्षण पुरुषाच्या मागून धावत जाऊन त्याला गाठावे म्हणून मी उठलो, डोळे ताणताणून अंधारात मी पाहू लागलो. पण त्याची आकृती केव्हाच दिसेनाशी झाली होती.

❖

सतरा जून

मृत्यूनंतर मनुष्याचे काय होते याविषयी मी अत्यंत साशंक आहे. देहावसान होताच मनुष्याचा जीवात्मा परलोकाची वाट चालू लागतो. या लांबच्या प्रवासात उन्हाचा त्रास होऊ नये म्हणून भटजीमार्फत त्याला छत्री, पादत्राणे वगैरे साहित्य पोचते करता येते, हा आत्मा यमराजाच्या कचेरीत पोहोचताच चित्रगुप्त त्याचा हिशेब त्याच्या अंगावर फेकतो आणि मग त्या स्वर्गीय हायकोर्टाच्या निर्णयाप्रमाणे तो जीव सुंदर अप्सरांना किंवा तप्त लोखंडी स्तंभांना मिठ्या मारायला जातो इत्यादी कल्पना मनोरंजक आहेत यात संशय नाही. अरेबियन नाईट्समधल्या अल्लाउद्दिनप्रमाणे आपणही एक जादूचा दिवा पैदा करायचा, तो दिवा घासताच समोर हात जोडून उभ्या राहणाऱ्या राक्षसाला ताजमहालाप्रमाणे एक सुंदर राजवाडा बांध, असा हुकूम सोडायचा आणि त्या मंदिरात पत्ते कुटण्यात किंवा विटीदांडू खेळण्यात सर्व वेळ गेल्यामुळे परीक्षेत नापास व्हायची पाळी आली तर त्याच राक्षसाला मास्तरांच्या मानगुटीवर जाऊन बसायला सांगायचे, असे बेत ज्या वयात मी करीत असे त्या वेळी परलोकांतल्या बक्षिसांच्या आणि शिक्षांच्या या चमत्कृतिपूर्ण वर्णनावर माझा सहज विश्वास बसत असे.

पण आता?

थंडीच्या दिवसांत धुके पडते ते सकाळी किंवा संध्याकाळी. मानवी मनातही अंधश्रद्धा प्रबळ होण्याच्या वेळा दोनच असतात. पहिली बालपण आणि दुसरी म्हातारपण! त्या दोन्हींच्यामधे मी सध्या उभा असल्यामुळे परलोकाला जाणाऱ्या मनुष्याच्या प्रवासाच्या सर्व सुखसोयी करताना आमच्या धर्माने त्याच्या व्यसनांची काहीच व्यवस्था का करू नये याचे मला राहून राहून आश्चर्य वाटते. मृतात्म्याला धूम्रपानाचा नाद असला तर त्याचे दिवस करताना भटजीबोवांना विड्यांची पाच-पन्नास तरी बंडले द्यायला नकोत का? समजा, परलोकी गेलेला गृहस्थ दारू पीत असेल- अनेक सभ्य गृहस्थांप्रमाणे अगदी चोरून पीत असेल तो- पण परलोकाच्या मार्गावर इंद्राचे लायसेन्स घेऊन उघडलेली बेवड्याची किंवा बीअरची दुकाने नसल्यामुळे त्याला क्षणोक्षणी चुकल्या चुकल्यासारखे झाल्याशिवाय राहील का? बहुधा तो पुढे जायचे सोडून पुन्हा पृथ्वीकडेच तोंड फिरवील. असा काही भलता घोटाळा होऊ नये म्हणून दारूबाजाचे दिवस करताना तो ज्या दारूचा भोक्ता असेल

तिच्या दहा-वीस तरी बाटल्या उपाध्यायांना द्यायलाच हव्यात. मृतात्मा इहलोकी चोरून दारू पीत असला तर हे मद्यपान घेणाऱ्या भिक्षुक महाशयांनीही त्या बाटल्या आपल्या धाबळीत गुंडाळून घरी न्याव्यात म्हणजे झाले!

* * *

परलोकावर विश्वास नसल्यामुळे श्राद्धासारख्या विधीवर माझी मुळीच श्रद्धा नाही. मात्र स्वत:ला पूज्य किंवा प्रिय वाटणाऱ्या मनुष्याचा मृत्युदिन मला नेहमी हटकून आठवतो आणि त्या दिवशी मी कितीही कामात असलो तरी माझा जीवनमार्ग उजळविणाऱ्या त्या व्यक्तीच्या स्मृतिसहवासात मी चार-दोन घटका मोठ्या आनंदात घालवितो. प्रवासात असलेल्या भाविक माणसाने स्टेशनवर उतरून घाईघाईने पडशीतल्या देवांची पूजा करावी तशातलाच प्रकार होत असेल हा! पण एक ऑगस्टला लोकमान्यांचा एखादा तेजस्वी लेख वाचला नाही किंवा सात नोव्हेंबरला केशवसुतांची कविता काढून त्यातल्या मला विशेष आवडणाऱ्या 'क्षणात नाहीसे होणारे दिव्य भास' सारख्या कवितांवरून नजर फिरविली नाही, तर बागेत जाऊन फुले न वेचणाऱ्या किंवा नदीवर जाऊन तिच्यात न डुंबता परत येणाऱ्या मुलासारखा अस्वस्थ होतो मी!

परवा सतरा जूनला आगरकरांच्या लेखसंग्रहाचे एक पुस्तक उघडून मी ते याच भावनेने चाळीत बसलो होतो. 'इंग्लिश राज्यात पोटभर अन्न मिळत नाही' हा त्यांचा लेख मी पूर्वी दोन-तीनदा वाचला होता. पण आज तो पुन्हा वाचताना माझ्या मनात विचार आला, आगरकर नुसते सुधारक नव्हते; ते द्रष्टेही होते.

पुढला लेख मी वाचू लागणार इतक्यात माझे एक स्नेही मला भेटायला आले. त्यांनी स्वत: पुनर्विवाह केला होता. आपल्या मुलाच्या लग्नात सप्रेम भेट म्हणून वधूपक्षाकडून आलेल्या मोटारीचा जरी त्यांनी स्वीकार केला असला तरी हुंडा म्हणून त्या लग्नात त्यांनी पैसुद्धा घेतली नव्हती. कोणत्याही निमित्ताने सभेत बोलायची पाळी आली की, 'क्रांती तुमच्या दाराशी येऊन ठेपली आहे, ती तुमचे दार ठोठावीत आहे, ती तुमच्या दारावरली विद्युतघंटा वाजवीत आहे. तुम्ही दार उघडून हसतमुखानं तिचं स्वागत केलं नाही तर ती दार फोडून आत घुसल्याशिवाय राहणार नाही.' वगैरे वगैरे वाक्ये उच्चारून ते लोकप्रिय नटाप्रमाणे अशा टाळ्यांमागून टाळ्या घेत की, माझ्यासारख्या शांत वक्त्याला क्षणभर त्यांचा हेवा वाटू लागे.

आरामखुर्चीत अंग टाकता टाकता माझ्या हातातल्या पुस्तकाकडे पाहून 'आगरकर? हं' एवढेच उद्‌गार त्यांनी काढले. लगेच धुम्रपानाकरता सिगारेट शिलगावून आणि चार-दोन धुम्रवलये हवेत निर्माण करून ते म्हणाले, 'अहो भाऊराव, तुम्ही फारच मागासलात बुवा! तसं पाहिलं तर माझ्यापेक्षा पाच वर्षांनी लहान आहात तुम्ही! पण तारुण्य हे मनावर अवलंबून असतं महाराज! वेड्यासारखे

आगरकर काय वाचताय अजून? रसेल वाचा, फ्रॉईड वाचा, मार्क्स वाचा. सुटाबुटांच्या युगात वल्कलं नेसून उगीच स्वत:चं हसं का करून घेता?'

माझ्या हातातल्या पुस्तकाकडे तुच्छतेने पाहत आणि एखाद्या कुशल सारंगीवाल्याने क्षणार्धात विविध मधुर स्वर काढावेत त्याप्रमाणे निरनिराळ्या आकाराची सुंदर धूम्रवलये निर्माण करीत ते आरामखुर्चीत पडून राहिले.

त्यांच्या त्या हल्ल्याने क्षणभर मी गोंधळून गेलो. माझ्या मनात आले, आगरकरांवरली आपली भक्ती ही बालपणातल्या मैत्रीसारखी आंधळी आहे काय? लहानपणीच्या मैत्रीचे नाजूक पाश आपण कधीच तोडू शकत नाही. तसे पाहिले तर बालवयातल्या निकट परिचयाखेरीज त्या भोळ्याभाबड्या स्नेह्याला दुसरा कसला आधार असतो? वाङ्मयातली विभूति-पूजाही अशीच अंध असते काय? लहान मुलाला भिंतीवरली मांजराची सावली पाहून वाघ दिसल्याचा भास होतो. विशी उलटण्यापूर्वी आपण ज्या व्यक्ती, जी ध्येये आणि जे वाङ्मय पूज्य मानू लागतो त्यात अज्ञानामुळे किंवा स्वप्नाळूपणामुळे उत्पन्न झालेल्या अवास्तव आदराचा असाच भाग असला तर —

ही कल्पना मनात येताच आपल्या आवडत्या चित्रावर कुणीतरी शाईचे डाग पाडावेत तसे वाटू लागले मला! पण मी स्वस्थ आहे असे वाटून माझ्या स्नेह्यांना अधिकच चेव आला. आपल्याला फक्त एकच श्रोता आहे हे लक्षात न घेता ते जोरजोराने बोलू लागले, 'हे पाहा भाऊराव, आगरकरांचे कार्य कधीच संपलं आहे. पंचवीस वर्षं झाली त्याला. ज्या दिवशी मी पुनर्विवाह केला, त्याच दिवशी - ज्या दिवशी मी मुलाचा पैसुद्धा हुंडा घेण्याचे नाकारले त्याच दिवशी - आगरकरांचं कार्य पूर्ण झालं. आता त्यांचे लेख म्हणजे - माझी उपमा थोडी फटकळपणाची असली तरी अगदी समर्पक आहे हं! आमच्यासारखी माणसं सिगारेट ओढून झाल्यावर - मागची थोटकं रस्त्यावर फेकून देतात ना? तसं आहे हे तुमचं सारं टिळक-आगरकरांचं वाङ्मय! रस्त्यावरली ती थोटकं भिकारी उचलतात नि ती पुन्हा ओढून चार झुरकेही मारतात. त्यांच्याप्रमाणे शाळामास्तरांनी नि शाळेतल्या पोरांनी या जुनाट वाङ्मयातल्या उताऱ्यांची खुशाल पोपटपंची करीत बसावं पण तुमच्यासारख्या साहित्यिकांनी —'

सिगारेट ओढण्याकरता स्वारी थांबली. माझ्या मनात आले, धूम्रपानाचा हा फायदा आपल्या कधीच लक्षात आला नव्हता. कुणाचीही बडबड बंद करायची तर त्याला सिगारेट ओढायला द्यावी आणि त्याची धूम्रसुंदरीची पहिली उत्कट चुंबने संपायच्या आतच संभाषणाची गाडी दुसऱ्या रुळावर न्यावी. आताच्या या संधीचा मी तसाच फायदा घेणार इतक्यात स्वारीला पुन्हा वाचा फुटली. धूम्रपानाने विचारशक्ती प्रज्वलित होत असल्यामुळेच की काय आता त्यांचे वक्तृत्व अधिक

रंगात आले. क्रांती लवकरच दार ठोठावू लागणार असे मला वाटू लागले. स्वारी म्हणत होती, 'अरे पुराणपुरुषा, आज स्वर्गातून आगरकर खाली आले तर ते अगदी चकित होऊन जातील आमची प्रगती पाहून! बायकांनी जाकिटे घालावीत म्हणून केवढे अग्रलेख लिहावे लागले होते त्यांना, पण आता बायका जाकिटंच काय, कोट-पँटसुद्धा घालू लागल्या आहेत. आजची बायकांची लांडी आणि तलम पोलकी पाहिली म्हणजे आपण हिंदुस्थानात आहो की युरोप-अमेरिकेत आहो याचा आगरकरांच्या आत्म्याला भ्रम पडेल. अंडी खायच्या बाबतीत तुझे बुद्धिवादी आगरकर इकडल्या तिकडल्या माहितीला शास्त्रीय स्वरूप देऊन जवळजवळ सनातन्यासारखे विरोध करीत होते. पण आज त्यांच्या आत्म्यानं पुण्यामुंबईत एक तासभर फेरफटका केला तर ज्या प्रेमानं ब्राह्मणांनी पूर्वी अळूभात खाल्ला त्याच प्रेमानं आज ब्राह्मण तरुणतरुणी ऑम्लेटावर ताव मारीत आहेत असे त्यांना दिसून येईल. आगरकर जुने झाले, फार जुने झाले याचा हा पुरावाच नाही का?'

आता मात्र मला राहवेना. मी एकदम म्हणालो, 'आगरकरांचं कितीतरी कार्य अजून व्हायचं राह्यलंय.'

'कुठलं?' माझ्या स्नेह्यांनी चेष्टेने प्रश्न केला.

मी हातातले पुस्तक उघडून म्हणालो, 'हा एकच लेख ऐका. लेखाचा मथळा 'इंग्लिश राज्यात पोटभर अन्न मिळत नाही' असा आहे. शेवटच्याच दहा-पंधरा ओळी ऐकल्यात तरी चालेल. आगरकर म्हणतात, 'इंग्लंडातील मनुष्य सरासरीने बत्तीस वर्षे जगतो व हिंदुस्थानातील मनुष्य तेवीस वर्षे जगतो. ही तेवीस वर्षे तरी आम्ही सुखाने घालवितो काय? सुखाचे नाव कशाला? कोणाला पोटभर अन्न आहे तर ढुंगणाला चिरगुट नाही; कोणाला चिरगुट आहे तर आश्रयाला खोपटं नाही. पृथ्वीतील साऱ्या लोकसंख्येचा सहावा भाग या देशात राहतो. येथील जमीन सुपीक, येथे सर्व प्रकारच्या हवा, व्यापाऱ्यांची जहाजे चालण्याजोग्या येथे मोठमोठ्या नद्या, येथील रानात व डोंगरात सापडणार नाही अशा एका झाडाचे नाव घेण्याची मुश्कील, बहुतेक धातूंचा हवा तेवढा पुरवठा, तीन हजार वर्षांची आमची पुरातन सुधारणा - अशा प्रकारचे आम्ही लोक असून आज आम्हांस दुपारची नड कशी भागवावी अशी प्रतिदिवशी पंचाईत पडावी काय? रात्रंदिवस दुष्काळाची धास्ती; अनेक प्रकारच्या रोगांनी —

विशेषत: अपुऱ्या अन्नामुळे, वस्त्रामुळे व राहण्याच्या घाण जागेमुळे उत्पन्न होणाऱ्या तापामुळे ज्याच्या त्याच्या घरात दृष्टीस पडणारी विपत्ती; गाल बसलेले, डोळे खोल गेलेले; साऱ्या अंगास वळ्या पडलेले. सारांश, भुकेने सर्व प्रकारे गांजून आयुष्यास कंटाळलेल्या लोकांचे गावोगावी व शहरोशहरी दिसणारे थवे —'

वाचता वाचता मी मान वर करून पाहिले. आमचे दोस्त केव्हाच पसार झाले होते.

* * *

त्या दिवशी मी आगरकरांचा आणखी कुठलाही लेख वाचला नाही. पण हाताच्या बोटात शिरून सलत राहिलेल्या कुसळाप्रमाणे एक गोष्ट राहून राहून मला अस्वस्थ करून सोडीत होती. माझे मन म्हणत होते, वारसांच्या बाबतीत जगात सर्वांत दुर्दैवी जर कोण असतील तर ते संत, सुधारक आणि क्रांतिकारक! श्रीमंत बापाचा एखादा दिवटा मुलगा प्रथम अत्तराचे आणि मग शेणाचे दिवे लावतो हे खरे! पण अनेक धनिकांची मुले वडिलोपार्जित वैभव सुरक्षित राखतात. एवढेच नव्हे तर त्यात आपल्या कर्तबगारीने नवी भरही घालतात. पण संत, सुधारक आणि क्रांतिकारक यांच्या परंपरा मात्र या जगात सहसा अखंड चालत नाहीत. त्यांच्या आचारविचारांतला अग्नी प्रज्वलित ठेवण्याचे काम कुणीच करीत नाही. त्या अग्नीवर साचणाऱ्या राखेचा अंगारा एकमेकांना लावण्यात आणि त्यातच धन्यता मानण्यात त्यांचे शिष्य गढून जातात.

नाथषष्ठी पाळणारे अनेक लोक मी पाहिले आहेत. ते तो दिवस फार पवित्र मानतात. प्रसादाला पाच-पन्नास माणसे बोलावून त्या दिवशी हवातेवढा खर्चही करतात ते. पण एकनाथाच्या साधुत्वाचा त्यांना अगदी मनापासून अभिमान आहे, ते खरेखुरे नाथभक्त आहेत असे म्हणायला मात्र मी कधीच तयार होणार नाही. त्यांची भक्ती जिभेवरली आहे, जिथे जीवनातली सारी दु:खं धगधगत असतात, त्या अंत:करणातली नाही. एकनाथांची परंपरा त्यांच्या प्रासादिक ग्रंथांची दीड-दोन पाने वाचून किंवा त्यांच्या नावाने पाच-पन्नास माणसांना प्रसाद वाटून चालणार नाही. ती चालविणाऱ्या लोकांनी, नाथ ज्या प्रेमाने तापलेल्या वाळवंटात तळमळणाऱ्या अस्पृश्य मुलीला पोटाशी धरायला धावले, त्याच प्रेमाने आज हरिजनांना जवळ करायला हवे. त्यांच्या उन्नतीकरता झटायला हवे. रामदासांची परंपरा दासनवमी साजरी करून किंवा म्हातारपणी मनाच्या श्लोकांची पारायणे करून अखंड राहणार नाही. व्यक्तिसुखापेक्षा राष्ट्राचे स्वातंत्र्य हे कोटिपटींनी श्रेष्ठ असते, या तत्त्वाचे आचरण करणारे लोकच ती पवित्र परंपरा जिवंत ठेवू शकतील. तानाजी घोरपड लावून सिंहगडावर चढला म्हणून त्याच्या स्मृतिदिनादिवशी तोच प्रयोग करायला सिंहगडावर जाणे ही त्याच्यासारख्या कडव्या देशभक्ताची पूजा नव्हे. शुद्ध विडंबन आहे हे त्याच्या वीरवृत्तीचे. तानाजीची उज्ज्वल परंपरा देशासाठी हसत मरणाऱ्याला मिठी मारणारे तरुणच चालवू शकतील. मग ते मरण तुरुंगात येवो, फासावर येवो किंवा रणांगणावर येवो.

ही जाणीव आपल्या समाजात ज्या दिवशी उत्कट होईल त्या दिवशी जुने

लेखक म्हणून सांदीकोपऱ्यात आगरकरांना फेकून द्यायला माझे स्नेही धजणार नाहीत. त्यांचे वाङ्मय हे सिगारेटचे थोटूक नाही. ती जळती ज्योत आहे. पुनर्विवाहासारख्या सुधारणा हा आगरकरांना हव्या असलेल्या क्रांतीतला अगदी दुय्यम भाग होता, हे सहज त्याच्या लक्षात येईल. कदाचित पुढल्या सतरा जूनलाच ते माझ्याकडे येऊन म्हणतील, 'भाऊराव, मधूनमधून आगरकर किती मार्मिक लिहितात नाही? मी सहज खुणा केलेली ही दोन वाक्ये पाहा - 'या देशात सध्या अक्कल व अम्मल यांचा काडीमोड झाला आहे. कोठे दहा-बारा रुपयांची जागा रिकामी झाली की तीबद्दल शेपन्नास मॅट्रिक्युलेशन पास झालेल्या उमेदवारांचे अर्ज! धिक् तुमची विद्या आणि तुमचे कर्तृत्व! कष्टाने संपादिलेल्या विद्येचा असा सवंग विक्रय करायचा काय? विद्यार्जनाने विकसित झालेली मने स्वतंत्र धंदे स्थापण्याकडे लावाल तर तुम्हांस अन्नाची किंवा मानाची काय वाण पडणार आहे? प्रजेची दारुण दैन्यावस्था कोणत्याही राज्यकर्त्यास केव्हातरी विघातक झाल्यावाचून राहत नाही.'

❖

कवी, चोर आणि पोलीस

भुते, चोर आणि गस्तवाले पोलीस यांनाच फक्त मध्यरात्री फिरण्याचा शौक असतो असे नाही. या तीन सन्मान्य निशाचरांच्या पंक्तीत कवींनाही जागा द्यायला हवी. मात्र चार तऱ्हांच्या या चार प्राण्यांची सहसा गाठ पडत नाही. भुते ज्याचा सूड घ्यायचा असेल त्याच्या उरावर बसण्याकरता आणि चोर चोरी करण्याकरता मध्यरात्री घरांत शिरत असतात. गस्तवाले शक्य तितक्या उच्च स्वरात 'घरवाले, हुश्शार हाय' अशी गर्जना करीत भर बारा वाजता घरवाल्याची झोप उडवून लावीत रस्त्याने डुलतडुलत जात असतात. आणि जी प्राणिमात्राची रात्र तोच कवीचा दिवस अशी श्रद्धा असल्यामुळे आपल्या प्रतिभेच्या स्वैरसंचाराला चालना मिळावी म्हणून ऐन मध्यरात्री घराबाहेर पडून कवी कुठेतरी दूर दूर एकांतात जाऊन बसतात.

असाच एक कवी काल मध्यरात्री काळोखातून गावाच्या सीमेवर ह्या दत्ताच्या देवळापाशी जाऊन बसायचा नि एक सुंदर प्रणयगीत रचायचे या बेताने आपल्या घराबाहेर पडला होता.

एवढ्या अपरात्री ऐन रंगात आपल्या झोपेचा भंग करणारा हा कोण विचित्र प्राणी आहे हे न कळल्यामुळे रस्त्यावरली कुत्री त्याच्या अंगावर मधूनमधून भुंकत होती. पण त्याचे सारे लक्ष आकाशात मधूनमधून चमकत पसरलेल्या तारकांच्या सौंदर्यावर खिळले होते. कवीच्या मनात भराभर विचार येत होते. जगातल्या साऱ्या राजेमहाराजांचे जामदारखाने एखाद्या मैदानात नेऊन ओतले तरी त्या हिरेमाणकांच्या राशीची शोभा आकाशातल्या या सौंदर्याच्या पासंगाला तरी लागेल काय! छे! किती विचित्र कल्पना केली आपण! पृथ्वीवर हिरे-माणके नेहमीच कुलपात ठेवीत असतात. सत्य आणि सौंदर्य हीसुद्धा ज्या जगात या नाही त्या रूपाने पोलिसांचा पहारा असल्यावाचून सुरक्षित राहू शकत नाहीत, तिथे संपत्तीचे उघड्यावर प्रदर्शन मांडण्याची हिंमत कुणाला होणार? परमेश्वर वेडा आहे म्हणूनच तो दररोज रात्री आपला अमोल जामदारखाना आभाळात असा उघड्यावर उधळत असतो. त्याला चोरीची तर मुळीच भीती वाटत नसावी. एखादेवेळी या रत्नभांडारातली एखादी लहानमोठी हिरकणी हरवते. तारा निखळून पडला असे जग म्हणते त्या वेळी; पण परमेश्वराला त्या हरवलेल्या छोट्या खड्याचा कधीच पत्ता लागत नसावा. समुद्रातला एक जलबिंदू नाहीसा व्हावा इतकीच त्या गळून पडलेल्या चांदणीची

त्याच्या दृष्टीने किंमत!

कवीला एक शंका आली, ही हिरे-माणके कुलपात नसूनही स्वर्गात चोऱ्या कशा होत नाहीत?

लगेच त्या शंकेचे निरसनही झाले. परवा-परवापर्यंत कोकणात आणि गोमंतकात चोरी ही अगदी अपरिचित अशी चीज होती. तिथल्या लोकांना रात्री भीती वाटे ती साप-किरडवांची, चोरांची नाही. दिवसा घराचे दार उघडे टाकायला तिथला मालक कचरे, तो घरातली वस्तू चोरीला जाईल म्हणून नव्हे तर वादळी वाऱ्याने बाहेरचा सगळा पालापाचोळा घरात येईल म्हणून! दरिद्री कोकणसुद्धा जर चोरीपासून इतके दूर राहू शकते तर कुबेरासारखे एकाहून एक धनत्तर देव असलेल्या स्वर्गात चोरी हा शब्द बृहस्पतीलासुद्धा ठाऊक नसेल. इंद्राच्या बजेटमध्ये पोलीसफोर्सचा खर्च नेहमीच शून्य असावा. त्या बजेटमधला सर्वांत मोठा आकडा अप्सरांची नव्या फॅशनची पातळे, त्यांची नव्या तऱ्हेची कर्णफुले, त्यांचे नवीन पद्धतीचे नृत्यसाहित्य आणि त्यांचे अगदी १९४४ च्या घाटाघाटांचे अलंकार इत्यादिकांच्यासाठी 'लष्करी खर्च' या सदराखाली खर्ची पडत असावा. कारण कुठल्याही ऋषीचा तपोभंग करण्याकरता इंद्राला हे नाजूक लष्कर नेहमीच जय्यत तयार ठेवावे लागते. स्वर्गात कधीकाळी रिक्रूटभरती होत असेल तर ती फक्त सुंदर स्त्रियांची!

ही कल्पना मनात येताच कवी स्वतःशीच हसला. तो हसतच म्हणाला, देवांना नेहमी भीती वाटते ती ऋषींची; चोरांची नाही. सारे चोर नि दरोडेखोर रावण, कंस, हिटलर, मुसोलिनी वगैरेंच्या रूपाने वेळोवेळी पृथ्वीवर अवतार घेत असताना स्वर्गात चोर आणि दरोडेखोर उरणार तरी कुठून? छे! इंद्राच्या अमरावतीतल्या किंवा कुबेराच्या अलकेतल्या एखाद्या संपादकाला चोराची मुलाखत छापायची असेल तर त्यांना पृथ्वीवरच यायला हवे.

* * *

हा विचार कवीच्या मनात यायला आणि त्याची दृष्टी आतापर्यंत निर्मनुष्य असणाऱ्या रस्त्याच्या दुसऱ्या बाजूने अंग चोरून जाणाऱ्या एका मनुष्याकृतीवर पडायला एकच गाठ पडली. कवीचे कंप पावणारे काळीज म्हणू लागले, चोरच असावा हा! नाहीतर इतका लपतछपत कशाला चालला असता हा! दिवसा मोटारीखाली सापडून आपला पंचनामा होऊ नये म्हणून मोठमोठी माणसेसुद्धा रस्त्याच्या कडेने चालतात हे खरे! पण रात्री भिकारीसुद्धा रस्त्याचा राजा असतो. ज्या अर्थी हा मनुष्य असा चोरपावलांनी रस्त्याच्या अगदी बाजूने चालला आहे—

कवीने त्याच्याकडे निरखून पाहिले. किती सावकाश चालला होता तो मनुष्य! जणूकाही बंगालच्या दुष्काळामधून पळून आलेला कुणी अनाथ शेतकरीच होता तो! कंबरेवर दोन्ही हात ठेवून तो का चालला होता हे काही केल्या कवीला कळेना.

शेवटी त्याने तर्क केला, हा म्हातारा चोर असावा! अर्थात तो चोरी करणार ती बैठ्या घरातच. भिंतीवरून चढणे, खिडकीतून उडी टाकणे वगैरे नादियापद्धतीची धाडसी कामे काही या मनुष्याच्या हातून होणे शक्य नाही. तथापि उद्या रेडिओचे आमंत्रण आले तर तिथे गाण्याकरता किंवा हॉटेलातल्या ग्रामोफोनवर वाजवण्याकरता चोरावर एखादे सुंदर भावगीत लिहायची पाळी आली तर त्यासंबंधीची प्रत्यक्ष माहिती आपल्या संग्रही असावी हे बरे! असा पोक्त आणि दूरदर्शी विचार करून कंबरेवर हात ठेवून हळूहळू चालणाऱ्या त्या म्हाताऱ्या चोरामागून कवी जाऊ लागला.

चोर गावाच्या सीमेवरल्या दत्ताच्या देवळापाशी एकदम थांबला. कवी आश्चर्यात बुडून गेला. एका मोठ्या घुमटीएवढे देऊळ होते ते! त्यातून दत्ताचे! या देवळात त्या बिचाऱ्या चोराला चोरायला काय मिळणार हेच कवीला कळेना. तो स्वत:शीच पुटपुटला, महामूर्ख चोर दिसतोय हा! बालाजीचं किंवा राधाकृष्णाचं देऊळ सोडून—

देवळाच्या पिछाडीला लपून बसून कवी वाकून वाकून चोराकडे पाहू लागला. देवालयातून येणाऱ्या मंद दिव्याच्या प्रकाशात चोराचा चेहरा नीटसा दिसत नव्हता. पण आपण तो कुठेतरी पाहिला आहे असे राहून राहून कवीला वाटू लागले. एकदम त्याला आठवण झाली. तीस वर्षांपूर्वीची गोष्ट! आपण दहा-अकरा वर्षांचे होतो तेव्हा बैलगाडीतून सांगलीहून पंढरपूरला गेलो होतो. तेथे हा चेहरा - अरे बाप रे! थेट पंढरपूरच्या विठोबासारखा दिसतोय की तो!

देवळासमोर उभ्या असलेल्या त्या काळ्यासावळ्या व्यक्तीला, मनातसुद्धा चोर म्हणायची छाती आता त्या कवीला होईना. देवावर विश्वास नसूनही देव असावा तर तो विठ्ठलासारखा असावा, भक्ताने फेकलेल्या विटेला सुवर्णमंदिर मानून त्याच्यासाठी तिथे तिष्ठत उभा राहणारा असावा, माणसांच्या प्रेमाने मरणाला कवटाळायला तयार झालेल्या भक्तासाठी महाराचे रूप घेऊन त्याची सुटका करणारा असावा, माझ्यापाशी हा ब्राम्हण, हा शूद्र, हा अतिशूद्र असा भेद नाही असे जगाला हडसून-खडसून बजावून सांगणारा असावा असे त्याला नेहमीच वाटे. ज्याचा चेहरा विठ्ठलासारखा आहे अशा त्या माणसाला - अरे बाप रे! त्याचा नुसता चेहराच पंढरपूरच्या विठोबासारखा नव्हता. त्याने ते कटीवर ठेवलेले हात — अगदी तीच ऐट — तीच लकब —

"काय विठोबा, पंढरपुराहून केव्हा आलात?" देवळातून गंभीर स्वराने कुणीतरी प्रश्न केला.

देवळासमोर उभी राहिलेली व्यक्ती — छे, ती कुणी सामान्य व्यक्ती नव्हती. प्रत्यक्ष विठ्ठलच होता तो, हे कवीच्या आता लक्षात आले — बोलू लागली, "महाराजा, काय सांगू तुम्हांला? आमच्या या पंढरपुरात आता अन्नवाटप सुरू

होणार आहे. मला रेशनिंगचं कार्ड मिळावं म्हणून पुजाऱ्यांनी रीतसर अर्ज केला. पण सोलापूरच्या कलेक्टरनं त्या अर्जाला वाटाण्याच्या अक्षता दिल्या. पुण्यात गमतीनं एका देवळातल्या माझ्या मूर्तीला उपाशी विठोबा म्हणतात लोक! पण आता माझ्यावर खरोखरीच उपाशी राहायची पाळी येणार असं दिसतंय! कलेक्टरचा निकाल कळल्यापासून रुक्मिणीनं तर माझे कान किटवून टाकले आहेत अगदी. 'तुमच्या सगळ्या मित्रांच्याकडे चला, त्यांचा सल्ला घ्या' म्हणून हट्टच धरला तिनं! मलाही ते पटलं. आजपर्यंत विटेवर उभे राहून नि कटीवर हात ठेवून भागलं. पण आता हातपाय हलविल्याशिवाय आमच्यासारख्या देवांचासुद्धा निभाव लागणार नाही. महायुद्ध आहे हे महाराज! सध्या कारकुनांना नि शिपायांना भाव आहे, देवांना नाही. म्हणूनच तिकडली शेजारती झाल्याबरोबर जो उठलो तो थेट इथं आलो. गावातल्या झाडून साऱ्या देवांना भेटलो.''

''काय म्हणतात ते?'' दत्तगुरुंनी प्रश्न केला.

''काय म्हणणार कपाळ? नारळाला नऊ पैसे पडू लागल्यामुळे मारुतिरायांना सध्या अर्धपोटीच राहावं लागतं! कापडाचा काळा-बाजार सुरू असल्यामुळे सीतामाईला हवी असलेली साडी काही प्रभू रामचंद्राला अजून पैदा करता आली नाही! त्या विवंचनेत आहे तो सध्या. पुन्हा वल्कलं नेसण्याची सूचना करणार आहे तो तिला. गणपतीला जो नैवेद्य मिळतो तो त्याच्या उंदरालासुद्धा पुरत नाही. पण आपल्या सेवकावर खरंखुरं प्रेम आहे गजाननाचं! स्वारी स्वत: उपाशी राहून आपला नैवेद्य उंदराला देत असते. पण याचा परिणाम त्याच्या प्रकृतीवर फार झपाट्यानं होतोय. अतिशय खालावली आहे ती! कुठलं टॉनिक घ्यावं म्हटलं तर औषधांतही काळा-बाजार आहेच. त्याला आता लंबोदर म्हणणं म्हणजेसुद्धा त्याची क्रूरपणानं थट्टा केल्यासारखी होईल. येत्या गणेश-चतुर्थीत त्याच्या आरतीतले 'सुखकर्ता दु:खहर्ता', 'लंबोदर पीतांबर' वगैरे शब्द काढून टाकावे लागतील लोकांना!''

''काळच मोठा कठीण आलाय!'' दत्तगुरू सुस्कारा सोडून उद्गारले.

विठ्ठलमूर्ती पुढे बोलू लागली, ''इतर देवांच्याकडून काही योग्य सल्ला मिळण्याचं लक्षण दिसेना. तेव्हा शेवटी तुमच्याकडं आलो दत्तराज. सर्व देवांत तुम्ही अधिक व्यवहारचतुर! आतापर्यंत थोडेथोडके नाही, चोवीस गुरू केले आहेत तुम्ही! तुम्ही जो मार्ग मला दाखवाल तो—''

दत्तमहाराज निराशेने उद्गारले, ''विठ्ठला, मी चोवीस गुरू केले हे खरे. पण पैसा हा या जगातला पंचविसावा गुरू आहे ही गोष्ट मी अजिबात विसरून गेलो. आम्ही आपले ब्रह्मचारी नि लंगोटी लावून गावोगाव फिरणारे आहोत म्हणून ठीक आहे; पण तुमच्यासारखे जे संसारी असतील त्यांचे हाल कुत्रासुद्धा खाणार

नाही या काळात.''

* * *

विठ्ठलाची आकृती मुकाट्याने पुढे चालू लागली. कवीला आता मात्र राहवेना. त्याने धावत जाऊन मागून हाक मारली, ''देवा—''

विठ्ठलाने मागे वळून विचारले, ''कोण आहेस तू बाबा? इथला रेशनिंग ऑफिसर?''

''अं हं!''

''मग उगीच माझा वेळ का घेतोस? काकडआरतीच्या आधी मला पंढरपूर गाठायला हवं.''

असे उद्‌गार काढून विठ्ठल पुढे झपझप चालू लागला. कवीने धावत जाऊन त्याचे पाय धरले. आता विठोबाला थांबणे प्राप्तच झाले. त्याने नाइलाजाने प्रश्न केला, ''उगीच का अडवतोस मला? कोण आहेस तू?''

''मी एक कवी आहे.''

''कवी? ठीक आहे. माझी आरती आहे ना ती? ती सुधारून नवी आवृत्ती काढायला हवीय, तेवढं काम कर तू. 'युगे अठ्ठावीस विटेवरी उभा' असं माझं वर्णन आहे त्या आरतीत! ते बदलून रेशनिंग कार्ड मिळत नसल्यामुळे मी आता गावोगाव फिरतोय अशा अर्थाच्या ओळी तयार कर तू! चार लुसलुशीत शब्द घातलेस तर ग्रामोफोन कंपनी दहा रुपये देईल तुला.''

कवी उद्‌गारला, ''देवा, हे सारं खरंच वाटत नाही मला अजून! स्वत:चा जीव धोक्यात घालून भानुदासानं ज्याची मूर्ती परत पंढरपूरला आणली तोच ना तू विठ्ठल? तुकोबाचे अभंग ज्याने इंद्रायणीच्या पाण्यावर तेरा दिवस तरंगत ठेवले तोच ना तू विठ्ठल? 'तू नैवेद्य ग्रहण केल्याशिवाय मी अन्नाला शिवणार नाही' अशी प्रेमाची धमकी देऊन ज्यानं तुला आपल्या ताटातला घास उचलायला लावला त्या नामदेवाचा लाडका विठ्ठल तूच ना?''

''हे पाहा कविराज, कवींना आणि बायकांना फार बडबडायची सवय असते. तुझ्या प्रत्येक प्रश्नाला होकार देऊन माझी मान मात्र दुखू लागेल. तुला एकदाच सांगतो, हाच का तो विठ्ठल असा माझ्याविषयी उगीच संशय घेऊ नकोस. पुंडलिकाचा आणि नामदेवाचा, दामाजीचा आणि तुकारामाचा, महाराष्ट्रातल्या साऱ्या साऱ्या संतांचा आवडता विठ्ठल तो मीच! माझे हे काळेसावळे रूप पाहा, माझे हे कटीवर ठेवलेले हात पाहा. माझ्यात काही बदल झालेला दिसतोय का तुला?''

कवीने नकारार्थी मान हलविली.

विठ्ठल पुढे बोलू लागला, ''पण माझ्यासाठी प्राण अर्पण करायला तयार असणारा एक तरी भक्त आज तुमच्यात आहे का? देवाच्या नावानं कपाळाला

नुसता बुक्का लावून काय होणार? त्याच्यासाठी आयुष्याची राखरांगोळी करून घ्यायची तयारी असावी लागते. देव आणि देश यांचे खरे सामर्थ्य त्यांच्या भक्तांत असते कवीमहाराज! हे भक्त दुबळे आणि ढोंगी झाले म्हणजे देव दगड ठरतो आणि देश गुलामगिरीत पिचत राहतो. इतरांची गोष्ट सोडून दे. स्वत:पुरतंच पाहा तू. तू कवी आहेस. पण कवीच्या कर्तव्याला तू आजपर्यंत कधीतरी जागला आहेस का? 'मऊ मेणाहुनि आम्ही विष्णुदास, कठिण वज्रास भेदूं ऐसे' ही भावना आपल्या बांधवांच्या अंत:करणात उत्पन्न व्हावी म्हणून तू कधीतरी धडपड केली आहेस का? 'आम्ही शूर मर्द क्षत्रिय नाही भिणार मरणाला' हे उत्कट उद्गार आजच्या तरुणांच्या जिभेवर आजच्या शब्दांत नाचत राहावेत म्हणून तू कुठला प्रयत्न केला आहेस? तुझ्या देशातली लाखो माणसे अन्नाच्या अभावी पटापट मरत असताना तू अजून कुणाच्या तरी गालावरल्या गुलाबात नाहीतर आकाशातल्या चांदण्यात गुंग होऊन जात आहेस. तुझ्या पन्नास काव्यसंग्रहात 'वन्हि तो चेतवावा रे! चेतवीताचि चेततो!' या लायकीची एक तरी ओळ आहे का?''

विठ्ठलाचा संताप अनावर झाला आहे हे कवीने ओळखले. तो त्याला शांत करण्याकरता काही बोलणार इतक्यात विठ्ठलाने कंबरेवरले आपले दोन्ही हात उचलले आणि कवीचे दोन्ही खांदे धरून त्याला गदगदा हलवीत तो म्हणाला, ''जागा हो वेड्या, अजून जागा हो!''

* * *

कवीने डोळे उघडून पाहिले. त्याला कुणीतरी खांदे हलवून जागे करीत होते. पण ती विठ्ठलाची आकृती नव्हती. गस्त घालणारा पोलीस होता तो! तो त्याला हलवून म्हणत होता, ''उठा मिस्टर. हे दत्ताचं देऊळ आहे, दारूचा गुत्ता नाही.''

कवीने डोळे चोळून वर पाहिले. आकाशातल्या तारकांच्याविषयी निरनिराळ्या कल्पना करीत आणि प्रणयगीताला अनुकूल अशी एकही कल्पना न सुचल्यामुळे सुस्कारे सोडीत आपण इथे बसलो होतो हे त्याला आठवले. मधेच आपला डोळा लागला असावा अशी त्याची खात्री झाली. तो विचार करू लागला, आपल्याला विठ्ठल दिसला तो स्वप्नातच की काय? लगेच त्याच्या मनात आले, काही काही स्वप्ने जागृतीतल्या जीवनापेक्षाही श्रेष्ठ असतात. अशा स्वप्नांवरच मानवता जगत असते.

❖

नवे जग

वेषभूषेत रंगसंगतीचे स्थान फार मोठे आहे. नुसते उंची उंची कपडे पेहरल्याने काही कुणी सुंदर दिसत नाही. कपड्यांच्या किमतीपेक्षा रंगांच्या संगतीतच विलक्षण मोहकता असते, प्रेक्षकाला मंत्रमुग्ध करून टाकण्याचे सामर्थ्य असते तिच्यात.

मला वाटते, माणसांच्या वयात, विद्वत्तेत आणि विचारात अशाच प्रकारच्या संगतीची आपण नेहमी अपेक्षा करीत असतो. ती अपेक्षा विफल झाली म्हणजे परवा-परवापर्यंत तरी मला विजेचा धक्का बसल्यासारखे होत असे.

एकदा मी माझा एक चित्रपट पाहत होतो. माझ्याच शेजारी एक बी.ए.,बी.टी. विदुषी बसल्या होत्या. त्या विदुषी चित्रपटांतल्या कुठल्या तरी दोषासंबंधाने केव्हा बोलतील याचा नेम नसल्यामुळे मी भ्यालेल्या सशासारखा थोडासा अंग चोरूनच खुर्चीत बसलो होतो. एकदम विदुषीचे ओठ हलले. न्यायाधीशांच्या शब्दाकडे आरोपीचे लक्ष लागावे तशी माझी स्थिती झाली. पण त्या पंडिताबाईंनी मला फक्त एवढेच विचारले, ''नायिकेचं हे पातळ कुठं घेतलं हो?''

'मी या चित्रपटाचा कथालेखक आहे, प्रॉडक्शन मॅनेजर नाही.' हे उत्तर माझ्या अगदी जिभेवर आले असूनही ते त्या वेळी माझ्या तोंडातून बाहेर पडले नाही. त्या बाईच्या भीतीने नव्हे, तर खरोखरच मी सर्द झालो होतो म्हणून! राहून राहून माझे मन म्हणत होते, या आधुनिक गार्गीने मला हा प्रश्न विचारायला नको होता. तिने कथानकातले असले - नसलेले असंख्य दोष दाखविले असते, किंबहुना मी चित्रपटाच्या कथा लिहिण्यापेक्षा हरिदासाप्रमाणे कथा करीत सुटणे अधिक बरे होईल, असा माझ्यावर शेरा मारला असता तरीसुद्धा मला थोडे बरे वाटले असते. ती निदान महत्त्वाच्या गोष्टीसंबंधाने बोलत आहे एवढे तरी समाधान मला मिळाले असते. पण तिचा तो नायिकेच्या पातळाविषयीचा प्रश्न - तो सोडविण्याला कापड दुकानदाराचीच प्रतिभा हवी होती!

नवी पातळे, नवे दागिने आणि नवी मुले कुठेही आणि केव्हाही दिसली, की बायका त्याविषयी प्रश्न विचारल्याशिवाय राहणारच नाहीत या समजुतीने माझे या बाबतीत कुणीतरी समाधान करण्याचा प्रयत्न करील. पण ती पाताळप्रेमी पंडिता हे आपल्यामध्ये आढळणाऱ्या विशिष्ट मनोवृत्तीचे प्रतीक आहे असेच मला अलीकडे वाटायला लागले आहे.

आपल्या भोवतालचे जग झपाट्याने बदलत आहे. पण आपले मन मात्र अजून बदलले नाही. कपड्यालत्त्यांत आणि खाण्यापिण्यात आपण नव्या गोष्टी हां हां म्हणता आत्मसात केल्या आहेत. पण काळाच्या विरुद्ध जाता येत नाही म्हणून नवे विचार आणि नव्या भावना यांचे आपल्या मनाला आपण जे रंग देतो ते फार कच्चे असतात. आपण वर्तमानपत्रे वाचतो, पण आपल्या दैनंदिन जीवनाचे चित्रण म्हणून आपण त्यात रंगत नाही. आपण राजकारणाच्या गप्पा दररोज झोडतो. पण त्या केवळ शिळोप्याच्या गप्पा असतात. आपले मन अजून सामाजिक झालेले नाही, नव्या जगाची निर्मिती नव्या मनातूनच होणार आहे याची जाणीव आपल्याला अद्यापि फारशी झालेली नाही. म्हणून तर चाळीस कोटी लोकांना वर्षानुवर्षे मार्गदर्शक होणारा पुढारी आणि चाळीस लाख लोकांची दोन घटका करमणूक करणारी नटी ही दोघे योगायोगाने खवळलेल्या समुद्रातल्या एका होडीत असली आणि होडीतून कुणीतरी एखाद्याने उडी टाकली पाहिजे असा बाका प्रसंग आला, तर कुणी उडी टाकणे इष्ट होईल अशा प्रकारचे गहन प्रश्न मधूनमधून आपल्याकडे विद्यालयांतल्या वादविवाद-मंडळांतसुद्धा चर्चिले जातात.

व्यक्तींची गोष्ट हवी तर सोडून द्या, पण समाजाची नाडी ज्यांच्यावरून अचूक कळते असे आपण म्हणतो ती आपली वर्तमानपत्रे तरी या नव्या मनाची जोपासना करीत आहेत का? पत्रकारांच्या संमेलनात बोलायचे असेल तर या प्रश्नाचे ठासून होय म्हणून उत्तर द्यायला हरकत नाही. पण अगदी प्रामाणिकपणाने एकांतात या प्रश्नाचा विचार करायचे ठरविले तर —

पहिली बायको जिवंत असताना दुसरे लग्न करण्याची साधी गोष्ट घ्या. मी मुद्दामच तिला साधी म्हणतो. असल्या अनेक लग्नांमागे मुकी दु:खे — स्त्रियांची आणि क्वचित पुरुषांचीही — लपून बसली असतील हे मी जाणून आहे. ती दु:खे वेशीवर टांगली पाहिजेत हेही मला मान्य आहे. पण एखाद्या संस्थानिकाने किंवा साहित्यिकाने दुसरे लग्न करताच त्याच्याविषयी अंकामागून अंक आणि स्तंभामागून स्तंभ भरीत बसणाऱ्या आमच्या अनेक वृत्तपत्रांना बंगाल आणि ओरिसा यांच्यामध्ये जाऊन आलेल्या डॉक्टरवैद्यांच्या सविस्तर मुलाखती घ्यायचे कधी सुचले आहे का? एका संकुचित सामाजिक प्रश्नावर रणे माजवून एका व्यापक राष्ट्रीय प्रश्नाची हेळसांड करणे हे नि:संशय नव्या मनाचे लक्षण नव्हे. ज्यांना आपला उद्याचा समाज दिसत नाही, त्यांची सुखदु:खे जाणवत नाहीत, ती दु:खे दूर करण्याच्या उपायात रमून जाण्याइतकी वृत्ती ज्यांनी संपादन केलेली नाही त्या माणसांनी आजच्या किंबहुना कालच्या शिळ्यापाक्या प्रश्नांना अवास्तव महत्त्व द्यावे यात नवल कसले?

रशिया आणि हिंदुस्थान यांची चित्रे जेव्हा जेव्हा माझ्या डोळ्यांसमोर उभी राहतात तेव्हा तेव्हा तर जुने मन आणि नवे मन यांतले हे अंतर मला अत्यंत

तीव्रतेने जाणवते. स्टॅलिन किती क्रूर आहे आणि गांधी किती अहंकारी आहेत असल्या सूक्ष्म प्रश्नांची छाननी करण्याइतके पांडित्य माझ्यापाशी नाही. मला या ज्ञानाची गरज कधीच जाणवली नाही. किंबहुना एखाद्या राष्ट्राची खरीखुरी प्रगती पाहायची असेल तर त्यातल्या लोकप्रिय पुढाऱ्याचे चरित्र किंवा त्याच्यावरच्या टीका वाचण्यापेक्षा तिथली वर्तमानपत्रे कुठल्या बातम्या छापतात आणि तिथली म्हातारी माणसं काय काय उद्योग करतात हेच मी आधी पाहीन.

रशियाचे मला कौतुक वाटते ते याचमुळे. आठव्या एडवर्डने प्रियतमेच्या सहवाससुखाला मुकण्यापेक्षा राज्यत्याग पुरवला या भावनेने गादी सोडली, त्यावेळची एक साधी गोष्ट आहे. एडवर्डचे राजत्यागाचे भाषण सुरू झाले तेव्हा रेडिओवरून ते ऐकणाऱ्या असंख्य इंग्लिश श्रोत्यांच्या चेहऱ्यावर उदासपणाची कळा पसरली. ते भाषण संपले तेव्हा अनेक स्त्री-पुरुषांनी अश्रू ढाळले. इंग्लंडमधला एक नाट्यटीकाकार याप्रसंगी म्हणाला, 'इंग्लंडच्या आणि इंग्लिश जनतेच्या अंत:करणातल्या एका अत्यंत नाजूक भावनेला मूठमाती देण्याचा हा प्रसंग आहे.' इंग्लंडप्रमाणे इतरही देशांत प्रेमाच्यापायी एका राजाने केलेल्या या राज्यत्यागाला विलक्षण महत्त्व दिले गेले. याला अपवाद फक्त एकच देश होता. तो म्हणजे रशिया. तिथले प्रमुख पत्र 'प्रवदा.' त्याने फक्त एकशे-छपन्न शब्द होतील एवढ्या या वार्तेच्या चार छोट्या तारा छापल्या. 'प्रवदा'च्या त्या अंकातली पहिल्या पानावरली महत्त्वाची बातमी निराळीच होती. दहा टन वजन घेऊन १९४२ मीटर उंच गेलेल्या एका अप्रसिद्ध नागरिकाच्या पराक्रमाचे वर्णन त्या अंकातल्या पहिल्या पानावर छापले होते.

जी गोष्ट वर्तमानपत्रांची, तीच वृद्धांची. निरनिराळ्या पेशांतली अनेक वृद्ध माणसे मला वारंवार भेटतात. त्यांतली सारीच हरिहरि म्हणत बसलेली असतात असे नाही. पण त्यांचे उद्योग पाहिले म्हणजे चित्रपट पाहताना 'या नायिकेचं पातळ केवढ्याला घेतलं?' हा प्रश्न विचारणाऱ्या त्या विदुषीची मला आठवण झाल्यावाचून राहत नाही. एका वृद्ध गृहस्थांनी गीतेत 'कर्म' शब्द किती वेळा व कुठे कुठे आला आहे याचे एक लांबलचक पद्यबद्ध टाचण केले होते. ते ऐकताना कुणाही वाचकाला सध्या आपला कर्मभोग ओढवला आहे असेच वाटले असते. दुसऱ्या एका साठी उलटलेल्या सद्‌गृहस्थांनी म्हाताऱ्या माणसांचा आखाडा सुरू केला होता. तसेच पाहिले तर व्यायाम आणि आरोग्य ही सुप्रसन्न अशा प्रात:काळाप्रमाणे प्रत्येकाला हवीहवीशी वाटणे हे स्वाभाविकच आहे. पण आरोग्य हे साधन नसून साध्य आहे अशा भावनेने ते म्हातारेबुवा जेव्हा मला व्याख्यानाचे डोस पाजू लागले, तेव्हा मात्र माझे तोंड अगदी कडू झाले. त्यांच्या या आखाड्यात परकी सरकारकडून खूप दिवस पेन्शन घेऊन त्याला जेरीला आणण्याचा उदात्त हेतू असेल, तिथपर्यंत मी माझ्या कल्पनेला ताण दिला. पण शेवटी जाताजाता त्यांनी 'आत्मानं सततं

रक्षेत् दारैरपि धनैरपि' हा संस्कृत डोस जेव्हा मला पाजला तेव्हा मात्र मी हतबुद्धच झालो. बायकापोरांचे बळी देऊन स्वत:चे प्राण वाचविण्याचे हे अजब तत्त्वज्ञान सांगणारा मनुष्य एक मूर्ख असला तर त्या आचरट सुभाषिताची पोपटपंची करणारे शतमूर्ख आहेत असे मला वाटते.

या म्हातारेबुवांची आठवण काल मला एकदम झाली ती रशियातल्या एका शंभर वर्षे वयाच्या वृद्धाची हकिकत वाचून. रशियातल्या अपूर्व क्रांतीच्या वेळी या पाऊणशे वर्षांच्या म्हाताऱ्याने तरवार गाजविली होती आणि तीही नव्या पक्षाच्या अभिमानाने — क्रांतीच्या बाजूने — नवा सुखी समाज निर्माण करण्याच्या अभिनिवेशाने! क्रांती होऊन एक पिढी झाली. दुर्दैवाने महायुद्ध सुरू झाले. जर्मनीची टोळधाड रशियावर आली. शंभरीतले म्हातारेबुवा जर्मनांनी जिंकलेल्या एका खेड्यात सापडले. पण डोळ्यांत तेल घालून पहारा करणाऱ्या शत्रुपक्षाच्या शिपायांच्या हातावर तुरी देऊन ते तिथून पसार झाले आणि आज मास्कोत सभांतून आणि रेडिओवरून ते युद्धप्रचाराचे काम उत्कृष्ट रितीने करीत आहेत.

नवे जग कधी काळी निर्माण होणार असेल तर ते असल्या म्हाताऱ्यांच्या जिवंत मनातूनच होईल असेच मला वाटते. चित्रपटातल्या नायिकेच्या पातळाची चौकशी करीत बसणाऱ्या तरुणींकडून किंवा गीतेत 'कर्म' शब्द कितीदा आला हे मोजत बसणाऱ्या प्रौढांकडून होणारे हे काम नव्हे!

अनावृत पत्र

चित्रपट पाहून रात्री बारा सव्वाबारा वाजता मी घरी परत येत होतो. रस्त्यावर चिटपाखरूदेखील फिरकत नव्हते.

शांत शांत काळोख किती भयानक असतो. जणूकाही मी एखाद्या भुयारातूनच जात आहे असे वाटू लागले मला.

मी खिशातून बॅटरी काढली; पण कळ कितीही दाबली तरी तिचा प्रकाश पडेना. आपली बॅटरी ही म्युनिसिपालिटीच्या बंबाची सख्खी बहीण आहे, असा विचार माझ्या मनात येतो न येतो तोच रस्त्याच्या पलीकडे काहीतरी सळसळले. माझ्या अंगावर काटा — अगदी बाभळीचा — उभा राहिला. मी जागच्या जागी थबकलो. पुढे जावे की नाही या विचारात होतो मी. इतक्यात माझ्या पायाला कसला तरी गार गार स्पर्श झाल्याचा भास झाला मला. 'साप, साप' म्हणून मी ओरडणार होतो पण आपल्या पायाला मिठी मारणारा प्राणी साप नसून एक कागद आहे असे त्याच्या फडफडाटावरून मी ताडले.

मी तो उचलून घेतला. त्यात काय लिहिले आहे हे अंधारात मला दिसेना. पण ते पत्र असावे असे मला वाटले. कुणातरी प्रेमवेड्या तरुणाचे हरवलेले काव्यमय पत्र आता आपल्याला वाचायला मिळणार असे वाटताच मी झपझप पाऊल उचलून लगबगीने घरी आलो. कपडेसुद्धा काढून ठेवले नाहीत. झटकन दिव्यापाशी गेलो आणि ज्योतिषाने केलेल्या पत्रिकेसारखा दिसणारा तो कागद उलगडून खाली सहीच्या जागेकडे पाहिले. कुणाचेच नाव नव्हते तिथे! पत्र मोठे रहस्यमय आहे अशी माझी खात्री होऊन चुकली.

मी वर नजर वळविली. तिथले ते पहिले शब्द पाहताच मला आश्चर्यमिश्रित भीतीचा धक्काच बसला. माझ्यात सर्पाकर्षणाची काही विशेष शक्ती आहे की काय ते मला कळेना! आतापर्यंत दोन वेळा मला साप चावला आहे. आणि आता तिसऱ्यांदा हा सर्पाचा पत्रव्यवहार दुसऱ्या कुणाला न मिळता माझ्याच वाट्याला का यावा?

पण माझे कुतूहल मला गप्प बसू देईना. मी ते पत्र वाचू लागलो.

लखनौच्या सर्पराजास अनावृत पत्र

पूज्य आणि प्रिय सर्पराज,

आज आम्ही अखिल महाराष्ट्रीय सर्प सप्रेमादर हे पत्र आपल्याला पाठवीत आहो. आमच्यात - विशेषत: आमच्या कोकणातल्या ज्ञातिबांधवांत - असंख्य पोटभेद आहेत. अजून आमच्यापैकी जो तो आपापल्या बिळातच राहतो आणि स्वच्छंदीपणाने एकटाच फिरतो. संघ हीच कलियुगातील शक्ती आहे हे म्युनिसिपालिटीपासून युनिव्हर्सिटीपर्यंत निरनिराळ्या सार्वजनिक संस्थांत शिरणाऱ्या आणि तेथे आपली तुंबडी भरीत बसणाऱ्या अनेक पुच्छ विषाणहीन मानवांनी पुन:पुन्हा सिद्ध केले असले तरी सर्पजातीवर अद्यापि त्याचा काहीच परिणाम झालेला नाही. असल्या संस्थांतून मतमोजणीकरता नेहमी हात वर केले जातात ते बरोबरच आहे. ज्या लोकांना डोके नाही त्यांनी हात वर करू नयेत तर काय करावे? आमची गोष्ट या मानवी राहूहून निराळी आहे. आम्हा सर्पांना एवढासा धक्का लागला तरी लगेच डोके वर करण्याची सवय असते. माणसांची गोष्ट तशी नाही. मस्तक किंवा हृदय हा मनुष्याच्या शरीराचा आता महत्त्वाचा भाग राहिलेला नाही. हल्ली बहुतेक माणसांचे काळीज त्यांच्या खिशातच असते. खिशाचा निकटचा स्नेही म्हणजे हात. यामुळे या विसाव्या शतकात चौकात उभ्या असलेल्या पोलिसापासून कौन्सिलात गेलेल्या सभासदापर्यंत सर्वांना हाताच्या बळावर आपापली कामे उत्कृष्टपणाने पार पाडता येतात. डोक्याची किंवा काळजाची त्यांना सहसा जरूरच लागत नाही.

प्रिय सर्पराज,

आरंभीच हे थोडे विषयांतर झाले हे आम्ही कबूल करतो. पण हल्ली मनुष्यजातीत लेखन किंवा वक्तृत्व यांचा विषयांतर हाच मुख्य गुण मानला जातो. मात्र आपण मनुष्य नाही याचा सर्व सर्पांना सदैव अभिमान वाटत असल्यामुळे आम्ही माणसांचे अनुकरण करणे कधीही उचित होणार नाही. तेव्हा आज आपल्याला मुद्दाम हे अनावृत पत्र पाठविण्याची आम्हांला जी अचानक स्फूर्ती झाली, सर्प माणसांप्रमाणे टोळ्या टोळ्या करून राहत नसूनही या पत्राखाली ज्या हजारो सर्पांच्या सह्या आम्हांला हां हां म्हणता मिळाल्या, त्यासंबंधी चार शब्द लिहिण्याची आपली परवानगी घेतो.

आदरणीय सर्पराज,

मनुष्याविषयी कुठल्याही सर्पाला किती तिरस्कार वाटतो हे आम्ही काही आपल्याला सविस्तर वर्णन करून सांगायला नको. ज्या भूमीचा सर्प मालक असतो तिथे माणसाचे पाऊल पडले की ती त्याला परकी होते. तरीही हा अन्याय सहन करून कुठेतरी दूर रानावनांत, बिळांत, सांदीकोपऱ्यांत बिचारे साप आपले निष्पाप जीवन कंठीत राहतात. पण या निर्वासित आयुष्याचा आनंदसुद्धा मनुष्यजात सर्पाला सुखासमाधानाने उपभोगू देत नाही. आपल्या काव्यांतून आणि नाटकांतून ती नेहमी

त्यांची निंदा करीत असते. दुष्ट मनुष्याला हे शिष्ट लोक नेहमी सर्पाची उपमा देतात. पण कुठलाही सर्प केवळ स्वार्थाकरिता कधी कुणाला डसला आहे का? त्याच्या शेपटीवर जेव्हा कुणाचा पाय पडतो तेव्हाच तो त्या अपकारकर्त्याला दंश करण्याचा प्रयत्न करतो. इतके साधे नि सरळ जीवन मनुष्यजातीतले कितीसे लोक जगतात? सर्पांत लाच खाऊन गबर होणारे अधिकारी नाहीत, दर आठवड्याला शिमगा साजरा करणारे साहित्यिक नाहीत, काळाबाजार चालवून गरिबांचे प्राण घेणारे व्यापारी नाहीत - अगदी काळसर्पांतसुद्धा नाहीत - कलेच्या गोंडस नावाखाली आपले हिडिस चारित्र्य लपविणारे कलावंत नाहीत आणि उठल्यासुटल्या ध्येयवादाचा नगारा वाजवून कसोटीची वेळ येताच पळून जाणारे बळे आणि तकलुपी तत्त्वनिष्ठही नाहीत. आम्हा सर्पांत काळे, गोरे, पिवळे हे भेद नाहीत असे नाही पण गोऱ्यांनी काळ्यांना पिढ्यान्‌पिढ्या गुलामगिरीत ठेवले आहे, किंवा पिवळ्यांनी गारुड्याच्या टोपल्यांत कैदी होऊन पडलेल्या काळ्यांना स्वातंत्र्य मिळवून देण्याच्या थापा मारल्या आहेत असे अजून एकदासुद्धा घडले नाही. हजारो निरपराधी जीवांचे दररोज बळी घेणारे महायुद्ध माणसांनीच करावे. ते काम सज्जन सर्पांना कधीच साधणार नाही. प्रेमाच्या भानगडीवरून किंवा अन्य कारणाने आम्ही कितीही चिडलो तरी द्वंद-युद्धापलीकडे आमची मजल कधीच जात नाही.

असे असून आमच्यापेक्षा शतपटींनी दुष्ट असलेला मानव खोट्या गोष्टी रचून शतकानुशतके आमची निंदा करीत आला आहे. एक महामूर्ख संस्कृत कवी म्हणतो, 'सर्पाच्या डोक्यावर मणी असला म्हणून काही त्याचा भयंकरपणा कमी होत नाही.' ही मण्याची कल्पना मनुष्याने आपल्या सोईसाठीच शोधून काढली आहे. सोने आणि रत्ने घेऊन आम्हा सापांना ती काय चाटायची आहेत? उन्हाळ्याच्या दिवसांत सुंदर संधिप्रकाशात मातीत लोळण्यात जी मजा आहे तिची सर रत्नांच्या राशी सांभाळीत बसण्यात मुळीच नाही. आणि चुकून पुरून ठेवलेल्या द्रव्याचा संरक्षक म्हणून एखादा नाग पहारा करीत राहिला तरी त्यांतली एक मोहोरसुद्धा तो कधी लांबवणार नाही. उलट, मनुष्यजातीकडे पाहा. सोन्यासाठी जीव घेतील आणि जीव देतील हे लोक! डोक्यावर हिऱ्यामाणकांनी भरलेल्या पाट्या असूनही ज्यांचा भयंकरपणा कमी होत नाही अशा असंख्य व्यक्ती आजकाल मनुष्यरुपानेच पृथ्वीवर वावरत आहेत.

मान्यवर सर्पराज,

मनुष्यजात करीत असलेल्या आमच्या असल्या बदनामीबद्दल बेअब्रूच्या फिर्यादी भरायच्या म्हटले तर आम्हांला वायुभक्षण करायलासुद्धा वेळ मिळणार नाही. पण ही माणसांची जात किती कृतघ्न आहे याविषयी मात्र दोन शब्द लिहिल्यावाचून राहवत नाही आम्हांला. 'प्रकाश पाहिला की आमची समाधी लागते, संगीत ऐकले

की आम्ही नादलुब्ध होऊन डोलू लागतो. असल्या सौंदर्यसमाधीत कुणी आमचा जीव घेतला तरी त्याचीसुद्धा फिकीर करीत नाही आम्ही! ही उदात्तता मानवी कलावंतांत कुठे-तरी आढळते का? या जातीत क्वचित निर्माण होणारे महात्मे इतरांना जीवनातला प्रकाश दाखवितात. क्षणभर हे लोक त्या प्रकाशाने दिपून जातात. पण दुसऱ्याच क्षणी त्या प्रकाशाकडे पाठ फिरवून कृष्णकृत्ये करण्याकरता ते अंधाराचा आश्रय घेतात. मोठमोठे कवी यांना जीवनसंगीत ऐकवतात. पण त्यातले सुंदर सूर आळवून जग सुखी करण्याऐवजी ही माणसे —

शूरवीर सर्पराज,

पत्र लांबत चालले याची जाणीव आम्हांला आहे. पण दलितांच्या मुक्या अंत:करणांना वाचा फुटली की काय बोलू नि काय बोलू नको असे त्यांना होऊन जाते. हा मनुष्यप्राणी आमच्यापेक्षा किती मागासलेला आहे, याचे उदाहरण म्हणून एकच गोष्ट सांगतो. आम्ही आपल्या अंगावरली कात वेळोवेळी फेकून देतो. एका काळची कातडी असते ती आमची! पण जुने ते सोने या वृत्तीने तिला चिकटून राहण्याचा मोह आम्हांला कधीच अंध करीत नाही. ही माणसे मात्र जुन्या निरुपयोगी गोष्टींना नेहमी कवटाळून बसतात. हे लोक तत्त्वासाठी दमडीसुद्धा देणार नाहीत. मग चमडीची गोष्ट हवी कशाला? आणि पदोपदी कातडी बचावण्याचा प्रयत्न करणाऱ्या या मनुष्यजातीकडून आतड्याच्या त्यागाची अपेक्षा करणे हे तर महामूर्खपणाचे होईल.

अखिल सर्पभूषण महाराज,

आपल्या अभिनंदनाकरता आम्ही समस्त महाराष्ट्रीय सर्प हे पत्र लिहीत आहो. आपल्यावर असल्या पत्रांचा आणि तारांचा आजकाल वर्षाव होत असेल. आपली कामगिरीच तशी बहुमोल आहे.

प्राचीन काळी आस्तिक महर्षीने जनमेजय राजाच्या सर्पसत्रांतून आपल्या जातीचे रक्षण केले. तेव्हापासून ऋषिमुनींबद्दल आपणा सर्वांना फार आदर वाटत आहे. या भरतभूमीत २५ वर्षांपूर्वी महात्मा गांधी नावाचा असाच एक तपस्वी ऋषी उदयाला आला. त्याने अहिंसेचा मंत्र उच्चारला. हा ऋषी आस्तिकाचा अवतार आहे अशी आम्हा सर्पांची श्रद्धा असल्यामुळे आम्ही सर्वांनी त्यांची शिकवणूक आचरणात आणण्याची शिकस्त केली. अंगावर पाय पडला तरी साप माणसाला चावेनासे झाले. सर्पदंशाने होणाऱ्या मनुष्यांच्या मृत्यूंची संख्या भराभर कमी होऊ लागली. आम्हांला मोठा आनंद झाला. आमची ही नवी अहिंसावृत्ती लक्षात घेऊन मनुष्यही प्रेमानेच आमच्याकडे पाहू लागेल अशी आशा आम्ही करू लागलो. पण एवढे सौजन्य दाखविले तर तो मनुष्य कसला? आम्ही पूर्वीप्रमाणे चावत नाही हे आमच्या दुर्बलतेचे लक्षण आहे अशी त्याने आपली समजूत करून घेतली. त्याने

न चावणाऱ्या किंबहुना निर्विष असणाऱ्या सर्पांचा, आमच्या स्त्रियांचा आणि पिलांचासुद्धा संहार आरंभला. त्याच्या या अत्याचाराला कुणीतरी आळा घालणे अत्यंत आवश्यक होते. लखनौला आपण हे काम केले. त्यामुळे लखनौ ही यापुढे हिंदुस्थानातल्या सर्व सर्पांची काशी होईल.

हे काम आपण केल्याबद्दल - सर्प अहिंसावादी झाले तरी त्यांचा कुणी अंत पाहू लागला तर ते पूर्वीइतक्याच सफाईने सूड घेऊ शकतात हे सिद्ध केल्याबद्दल - आम्ही आपले मन:पूर्वक अभिनंदन करतो. आपल्या दंशाने जो मनुष्य मेला त्याच्या कुटुंबातल्या मंडळींबद्दल यावेळी सहानुभूती दाखविणे हे आमचे कर्तव्यच आहे. त्या कुटुंबासाठी कुणी फंड उभारल्यास त्याला आम्ही यथाशक्ती मदत करू. इतकेच नव्हे तर या उदाहरणावरून धडा घेऊन मनुष्याने हिंसा सोडून दिली तर आम्हीही अहिंसेचे परिपूर्ण पालन करण्याची प्रतिज्ञा करतो. मात्र माणसाला एवढी अक्कल अजून आली नसेल तर —

पत्राचा कागद इथेच संपला होता. त्याच्या पुढचा कागद बहुधा वाऱ्यावर उडून गेला. माझ्या मनाला त्या पत्राच्या अपुरेपणाची मोठी चुटपुट लागली. पत्राखाली कुणा-कुणाच्या सह्या असाव्यात हे जाणण्याची उत्सुकता लागून राहिली मला. पण चित्रपट मधेच तुटावा तसे ते पत्र - 'तर आम्हीही अहिंसेचे परिपूर्ण पालन करण्याची प्रतिज्ञा करतो. मात्र माणसाला एवढी अक्कल अजून आली नसेल तर —' या शब्दांपाशी थांबले होते. मी स्वत:शीच म्हणालो, पुढे काय करण्याचा या सर्पांचा विचार असावा?

सळसळ असा एकदम आवाज झाला. लखनौकडे जाणाऱ्या ज्या महाराष्ट्रीय सर्पदूताच्या हातून हे कागद हरवले असतील तो ते शोधीत शोधीत आपल्या घरात तर शिरला नाही ना? या भयंकर शंकेने मी घाबरून गेलो. मी जागेवरून उठून पळण्याचा प्रयत्न करीत होतो. इतक्यात —

एकदम खणखण असा मोठा आवाज झाला.

* * *

मी डोळे उघडून पाहिले. उठण्याच्या गडबडीत माझा हात पलंगाच्या दांडीवर आपटून तिचा खणखण असा आवाज झाला होता.

मी कावऱ्याबावऱ्या नजरेने इकडेतिकडे पाहिले. सापबिप कुठेच दिसत नव्हता. मात्र माझ्या उशालगत दिवा प्रकाशत होता. त्याच्याजवळच एक वर्तमानपत्र पडले होते. त्या वर्तमानपत्रात माझ्या आवडत्या चित्रपटाची जाहिरात चमकत होती आणि त्या जाहिरातीखालीच एक विलक्षण बातमी संपादकांनी छापली होती —

'लखनौ येथे रामभरोसे नावाच्या माणसाने एका नागिणीला ठार मारले व नंतर नाग आपला सूड घेईल या भीतीने झोपण्याच्या जागेपासून विरुद्ध दिशेने नागिणीच्या

रक्ताची धार लावून ठेवून मोठ्या हुशारीने तो दुसरीकडे जाऊन झोपला. पण जणू उपजत-बुद्धीने सर्पराजाने नेमके त्याच ठिकाणी जाऊन एकाच दंशात त्याला ठार मारले व आपल्या प्रियकरणीच्या मारेकऱ्याचा सूड घेतला.'

❖

विसरलेला संदेश

"कृष्ण, आम्हांला कृष्ण हवा." अवीने मागणी केली.

"अंबाबाईच्या देवळाजवळ मिळतो तो!' मंदाने त्याच्या मागणीला पुष्टी दिली.

"मलाही कृष्ण हवा!" लता ओरडली.

"मलासुद्धा छान छान किस्न हवा." सुलभा म्हणाली.

मी शांतपणाने ऐकत राहिलो. स्वातंत्र्याची मागणी करणाऱ्या राष्ट्रांप्रमाणे खाऊ-खेळण्यांचा हट्ट धरणाऱ्या मुलांच्याही अंगात विचित्र वारे भरलेले असते. अर्थात त्यांना कह्यात ठेवण्याकरता आईबापांना मधूनमधून साम्राज्यशाहीचे सोंग आणल्याशिवाय गत्यंतरच उरत नाही!

पूर्ण स्वातंत्र्य मागणाऱ्या राष्ट्राला कसले-तरी फुसके हक्क देऊन फसविण्याची साम्राज्यशाही मुत्सद्यांची नीतीच असते. तिचे अनुकरण करीत मी म्हणालो, "चौघांना मिळून एक कृष्ण आणू या आपण."

अवीने नाक मुरडले.

मंदा "ऊ!" म्हणाली.

लता "मला नको बाई अवीचा कृष्ण" असे म्हणून फुरंगटून बसली.

आणि सुलभा? तिचा जप सुरूच होता - "मलासुद्धा छान छान किस्न हवा!"

साम्राज्य सरकार आपल्याला प्रजेचे आईबाप म्हणवून घेत असले तरी व्यवहारात त्याची वागणूक सावत्र आईसारखी किंवा दत्तक बापासारखीच असते. परक्या सरकारला जसे आईबापाचे सोंग साधत नाही, त्याप्रमाणे खऱ्या आईबापांनाही कद्रू आणि कठोर अशा परक्या राजसत्तेची नक्कल फार वेळ साधत नाही. त्यामुळे मी लवकरच विरघळलो आणि चौघांना चार कृष्ण घेऊन द्यायचे कबूल केले. ते विकत घेताना आपण उगीच मातीत पैसा घालतोय, असे मला वाटत होते. नाही असे नाही. पण प्रत्येकाला स्वतंत्र कृष्ण मिळताच त्यांच्या मुद्रांवर जो आनंद फुलला तो पाहून एका क्षणात माझे पैसे दामदुपटीने वसूल झाल्यासारखे वाटले मला. त्या चौघांच्या चेहऱ्यांकडे पाहता पाहता मला वाटले, मनुष्याची गरिबी, श्रीमंती त्याच्या कपड्यालत्त्यांवरून किंवा दागदागिन्यांवरून ठरविणारे लोक महामूर्ख असले पाहिजेत. अनुपम आनंदाचे क्षण ज्याच्या आयुष्यात अधिक येतात तोच खरा श्रीमंत - तोच नवकोटनारायण - तोच कुबेर.

घरी परत येताना प्रत्येक जण आपापल्या कृष्णाचे विलक्षण कौतुक करीत होता. स्वत:चे कौतुक करता करता दुसऱ्याची निंदा करण्याची मोठ्या माणसांची कला चिमुकल्या मुलांना साध्य झालेली नसते. त्यामुळे पुढे बडा पुढारी किंवा मोठा साहित्यिक होण्याची चिन्हे त्यांच्यांत दिसत नसली तरी त्यांची बडबड ऐकणाऱ्याला गोड वाटते.

सुलभा आपल्या हातातल्या कृष्णाची गाय आपल्याला चावत नाही म्हणून तिचे कौतुक करीत होती. लताचा कृष्ण मुरली वाजवित असल्यामुळे ती पुन:पुन्हा त्याला आपल्या कानाशी नेऊन पाहत होती. मंदाचा कृष्ण चोरून लोणी खात होता. कृष्णासारख्या देवाने चोऱ्या केल्या असताना आपल्या पुस्तकात "चोरी कधी करू नये" असे का लिहिले आहे याविषयी ती बहुधा गहन विचार करीत असावी! अवीचा कृष्ण अर्जुनाला भगवद्‌गीता सांगत होता. घोडे हाकण्याचे काम करता करता एवढी विद्वत्ता प्रगट करणे अशक्य आहे, अशी अनेक टांगेवाल्यांच्या अनुभवावरून त्याची खात्री झाली होती. त्यामुळे आपल्या हातांतल्या चित्राकडे तो जरासा अविश्वासानेच पाहत होता.

नव्याचे नवेपण औटघटका का होईना, टिकविण्याचा प्रयत्न मोठी माणसेसुद्धा करीत असतात. मग ते नवे पुस्तक असो, नवे वस्त्र असो किंवा नवी सूनबाई असो. लहान मुलांना तर नवी वस्तू कुठे ठेवू नि कुठे ठेवू नको असे होते. उद्या सकाळी सुलभा आपल्या गायीचे शेपूट ओढून पाहणार याविषयी माझी पूर्ण खात्री होती. पण आता घरात पाऊल टाकताच ती म्हणाली, "माझा किस्न फळीवर ठेवा!"

हट्ट आणि डांग्या खोकला यांच्याप्रमाणे सभ्यपणाची साथही लहान मुलांत लवकर पसरते. सुलभाने आपला कृष्ण देताच बाकीच्या मुलांनीही आपापले कृष्ण फळीवर ठेवण्यासाठी माझ्याकडे दिले. शिवाजीपासून चारमिनारपर्यंत अनेक चित्रांनी गजबजलेल्या त्या फळीवर ते चौघे कृष्ण कसेबसे विराजमान झाले.

* * *

मध्यरात्री मी या कुशीवरून त्या कुशीवर वळता वळता डोळे उघडून सहज त्या फळीकडे पाहिले.

माझ्या मनात आले, आज गोकुळाष्टमी.

अष्टमीच्या या मध्यरात्री माझे मन शतकामागून शतके मागे टाकीत एका क्षणात कंसाच्या कारकिर्दीतल्या मथुरेच्या तुरुंगात जाऊन उभे राहिले.

कृष्णजन्माचा तो अद्‌भुतरम्य क्षण माझ्या डोळ्यांपुढे मूर्तिमंत उभा राहिला.

कारागृहातल्या एका कोठडीत देवकी प्रसूत झाली होती.

बाहेर पाऊस कोसळत होता. देवकी मातेच्या डोळ्यांतून अश्रू वाहत होते. राजभगिनी असूनही तिच्यावर तुरुंगातल्या एका कोपऱ्यात प्रसूत व्हायची पाळी

आली होती. एरवी तिच्या प्रसूतिवेदना कमी व्हाव्यात म्हणून राजवाड्यात केवढी धावपळ झाली असती. पण आज कारागृहातल्या भयाण एकांतात हूं की चूं सुद्धा करायची तिला चोरी होती. काय नेम सांगावा? भिंतीलासुद्धा कान असतात! कंसाच्या कानांवर जर तिचा एक विकल उद्गार गेला तर तिच्या आशेचा हा शेवटचा अंकुर - सात पोटचे गोळे डोळ्यांदेखत मारले गेलेले बघून ज्याच्या भविष्याविषयी तिचे मन अतिशय हळवे होऊन गेले होते तो तिचा हा आठवा पुत्र - हां हां म्हणता जगातून नाहीसा करण्यात आला असता.

पण मातेचे प्रेम कुठलेही दिव्य करू शकते हेच खरे! ओठ घट्ट मिटून, अगदी साधा दु:खाचा उद्गारसुद्धा तोंडाबाहेर पडू न देता देवकी प्रसूत झाली. प्रसूतीच्या त्या क्षणिक गुंगीत तिला वाटले, आपल्याला पुत्र झाला म्हणून सारी नगरी महोत्सव करीत आहे. बाहेर मंगलवाद्ये वाजत आहेत. सुवासिनी आरत्या ओवाळीत आहेत. दूरदूरच्या खेड्यांतून पाणी घेऊन आलेल्या शेतकऱ्यांच्या बायका—

पण छे! तो नुसता भास होता. आकाशात काळेकुट्ट मेघ गडगडत होते. सुवासिनींच्या आरत्यांचा भासणारा प्रकाश विजांच्या चमकाऱ्यांचा होता. शेतकऱ्यांच्या बायका देवकीच्या बाळाकरिता पाणी घेऊन तुरुंगात कशा येणार? बाहेर फक्त मुसळधार वृष्टी होत होती.

विजेच्या क्षणिक प्रकाशात देवकीने आपल्या बाळाचे मुख न्याहाळून पाहिले. पुन्हा ते आपल्याला कधी पाहायला मिळेल याची तिला कल्पनाच करता येत नव्हती. पण त्या बालजीवाच्या संरक्षणासाठी त्याला तत्काळ तुरुंगाबाहेर पाठविणे आवश्यक होते. घटकाभर का होईना, त्या चिमुकल्या जिवाला पोटाशी घट्ट धरावे असा देवकीला मोह झाला. पण मोहाच्या पोटीच नाशाची बीजे असतात हे ती विसरली नव्हती. उद्या मोठा झाल्यावर बाळ आपल्याला ओळखील की नाही, आपल्याला पाहिल्याबरोबर "आई, आई" म्हणून हाक मारीत तो आपल्याला मिठी मारायला धावून येईल का - एक ना दोन अनेक कातर कुशंका तिच्या मनात क्षणार्धात उभ्या राहिल्या. पण —

वसुदेव घाई करीत होता. तिने तो दिड वितीचा नाजूक देह त्याच्या हातांत दिला. तिचे अश्रू बाळाच्या मुखावर पडले. ती मनात म्हणाली, "बाळा, हेच तुझं पहिलं आणि शेवटचं दुग्धपान."

वसुदेव गोकुळाला जायला निघाला.

विक्राळ रात्र ओरडत होती, आकांडतांडव करीत होती. पण दैव वसुदेवाला साथ देत होते. त्या बालजिवाच्या पायाच्या ओझरत्या स्पर्शाने तुरुंगाची कुलपे गळून पडली. दुथडी भरून वाहणारी यमुना दुभंग झाली —

माझे मन मथुरेतून परत आले. माजघरातल्या फळीवर ठेवलेल्या त्या चार

कृष्णांकडे पाहता पाहता ते म्हणाले, ''कृष्णचरित्र किती विलक्षण आहे! जन्मत:च शृंखला तोडून कारागृहाबाहेर पडण्याचे हे अदभुतरम्य दृश्य दुसऱ्या कुठल्याही महापुरुषाच्या चरित्रात आढळायचे नाही.''

विचार करता करता माझा डोळा केव्हा लागला ते मला कळलेच नाही. मी पुन्हा जागा झालो तो कुणाच्या तरी स्पर्शाने. मला वाटले, मुलांपैकी कुणीतरी पाणी पिण्याकरिता उठले असावे. मी डोळे उघडून पाहिले. पलीकडे मंद निळसर प्रकाशात झोपलेली मुले माझ्या दृष्टीला पडली. मग मला स्पर्श कुणी केला?

माझे अंग शहारले. फलज्योतिष आणि भुतेखेते यांच्यावर मनुष्याचा विश्वास नसला तरी आयुष्यात काही काही क्षण असे येतात की त्या वेळी असल्या गोष्टी माणसाला खऱ्या वाटू लागतात.

माझ्या उशाशी कुणीतरी बसले होते. मी खडबडून उठलो. त्या आकृतीकडे मी निरखून पाहिले. भगवान श्रीकृष्णाशी विलक्षण साम्य होते तिचे. मी नम्रतेने म्हणालो, 'भगवान.'

ती आकृती उद्गारली, ''हे पाहा, मला उपचार बिलकूल आवडत नाहीत. उठल्या - सुटल्या तोंडाचा चंबू करून 'थँक्यू' म्हणण्याची ही तुमची अलीकडची पद्धत आहे ना! 'भगवान' ही तशीच एक जुनी भानगड आहे. श्रीकृष्ण नावाचा मी तुझा एक बालमित्र आहे असे समजून माझ्याशी बोल.''

काय बोलावे तेच मला कळेना. पण काहीतरी बोलायला हवे होते.

मी विचारले, ''आज गोकुळाष्टमी म्हणून पृथ्वीवर—''

''छे! तसे काही नाही. वरचेवर पृथ्वीवर येतो मी. लहानपणापासून भटकायचा मोठा नाद आहे मला. त्यामुळे स्वर्गातले ते बैठे आयुष्य अगदी अळणी वाटते. म्हणून मधूनमधून—''

'थँक्यू' ची माहिती भगवानांना कशी झाली हे कोडे आता मला उलगडले.

पुन्हा काय बोलायचे ते मला कळेना. पण वेळ मारून नेण्याकरिता मी म्हणालो, ''आपल्या गीतेवर अजून ग्रंथ रचले जात आहेत - नित्य प्रवचनं होताहेत.''

कपाळाला आठी घालून श्रीकृष्ण म्हणाले, ''त्या प्रवचनांची गोष्ट सांगू नकोस मला. एका विद्वानाच्या प्रवचनाला मी स्वत:च हजर होतो. 'ततो युद्धाय युज्यस्व' या अर्ध्या चरणावर दोन तास धबधबा वाहत होता नुसता. पण प्रवचनाच्या शेवटी 'साप, साप' म्हणून कुणीतरी ओरडले आणि त्या प्रवचनकाराने जो सूंबाल्या ठोकला—''

गीतेचा विषय हा गप्पा मारायला चांगला होता पण श्रीकृष्णांनीच तो असा बंद केला!

पुन्हा डोके खाजवून मी म्हणालो, ''आपल्या चरित्राइतके दुसऱ्या कुणाच्याच

जीवनावर बोलपट झालेले नाहीत.''

''म्हणजे माझ्याइतकी दुसऱ्या कुणाचीच बदनामी झाली नाही असं स्पष्ट म्हण ना!''

''बदनामी?'' स्वारीच्या बोलण्याचा रोख लक्षात आला होता तरी मी मुद्दामच प्रश्न केला.

''हो बदनामी! आम्हा देवांना बदनामीच्या फिर्यादी करता येत नाहीत म्हणूनच हे चित्रपटवाले असे शेफारले आहेत. कुठलाही संतपट घ्या, त्यात भक्ताचा बॉडीगार्ड म्हणून माझी आपली कायमची नेमणूक झालेली दिसते. रुक्मिणी आणि सत्यभामा हे तमाशे पाहायला पृथ्वीवर येत नाहीत म्हणून बरे! पण असला एखादा चित्रपट जर त्यांच्या दृष्टीला पडला तर इतक्या नालायक नवऱ्याबरोबर नांदण्याची आमची इच्छा नाही, असे सांगून मला सोडून त्या निघून जातील.''

श्रीकृष्ण विनोदी म्हणून पुराणात प्रसिद्धच आहे. त्यामुळे स्वारी हे सारे विनोदानेच बोलत आहे असे मला आतापर्यंत वाटत होते. पण भगवंताच्या मुद्रेवरली ती विषादाची छाया पाहून माझा तर्क साफ चुकला अशी माझी खात्री झाली. मनुष्याने देवाचे समाधान करायचा हा उलटा प्रसंग आलेला पाहून—

श्रीकृष्ण पुढे बोलू लागले, ''तू भक्तराज चित्रपट पाहिलाच असशील.''

''पाहिलाय देवा! त्यात पागनीस आहेत, वासंती आहे नि घंटाकर्णही आहे. इथं सतरावा का अठरावा आठवडा सुरू आहे त्याचा. थोडा थोडा रंगीतसुद्धा केलाय तो.''

माझ्या बोलण्याकडे श्रीकृष्णाचे लक्षच नव्हते. ते रागाने म्हणाले, ''त्या अंबरिषाच्या भावाच्या महालात देव जातो नि कशा माकडचेष्टा करतो हे—''

''ती तुळशीदासातल्या मारुतीच्या चेष्टांची नक्कल आहे देवा. लोक खूप हसतात ते पाहून.''

''त्याचाच मला इतका राग येतोय. लोक नेहमीच लहान मुलांसारखे असतात. त्यांना हसवायला फारशी अक्कल लागते असे नाही. पण अशा निर्बुद्ध रितीने लोकांना हसविणं म्हणजे त्यांना फसविणं आहे.''

मला या वाक्याचा अर्थबोधच होईना. पण आज लोकांना कसली जरुरी असेल तर ती हास्याची आहे. हा अनेक जाड्याजुड्या पंडितांचा सिद्धान्त द्वापार युगातल्या श्रीकृष्णाच्या कानांपर्यंत कदाचित पोहोचला नसावा म्हणून मी म्हटले, ''हसण्यानं प्रकृती सुधारते असा आमच्या काही विद्वानांचा सिद्धान्त आहे. काही काही लोक हसून हसून लठ्ठ होतात म्हणे—''

''आणि मठ्ठसुद्धा!''

ही वरेरकरी कोटी ऐकून शांत होण्याकरता दहा अंक मोजण्याची सूचना आता

देवाला केलीच पाहिजे अशी माझी खात्री झाली. चाचरत चाचरत मी काहीतरी बोलणार तोच श्रीकृष्ण उद्गारले, ''हे पाहा, जगात लठ्ठ लोक पुष्कळ आहेत आणि हडकुळेही रग्गड आहेत. माझ्या वेळेलासुद्धा भीम आणि सुदाम होतेच की!''

माझ्या तोंडातून शब्द गेले, ''खरंच! त्या काळात पुष्कळ मोठमोठी माणसे होऊन गेली. पण चिरकाल टिकणारा संदेश जर कुणी दिला असेल तर भगवान, तो आपणच. अहाहा! काय वाक्यं आहेत आपली एकेक - ''कर्मण्येवाधिकारस्ते मा फलेषु कदाचन'', ''हतो वा प्राप्स्यसि स्वर्गं जित्वा वा भोक्ष्यसे महीम् —''

स्तुतीला देवसुद्धा भुलतो असे मी ऐकत आलो होतो. पण आता मला अनुभव आला तो अगदी निराळा. श्रीकृष्ण चिडखोरपणाने म्हणाले, ''बंद कर तुझी ही बडबड.''

गीतेतले श्लोक ही बडबड?

माझ्यापुढे बसलेला श्रीकृष्ण खरा नसून त्याचा कुणीतरी तोतया असला पाहिजे अशी माझी खात्री झाली. मी त्याच्याकडे निरखून पाहू लागलो. त्याची मुद्रा विचारगंभीर झाली होती. एकदम त्याने माझा हात आपल्या हातांत घेतला व तो म्हणाला, ''हे पाहा, मनातलं दुःख कुणाला तरी सांगितल्याशिवाय चैनच पडत नाही माणसाला.''

मी मनात म्हटले, ''श्रीकृष्ण आणि दुःख! छान! ते गोकुळातले दूधदही, त्या सोळा हजार एकशेआठ बायका, ती सोन्याची द्वारका —''

श्रीकृष्ण पुढे बोलू लागले, ''हे नवे चित्रपटवाले नि ते जुने हरिदास या दोघांनी माझी पुरीपुरी बदनामी करून टाकली आहे. तुझ्या मुलांनी आणलेली ही फळीवरली चित्रं पाहा. ही मातीची चित्रं तयार करणारा — एवढीच पडद्यावरली चित्रं तयार करणाऱ्यांची बुद्धी आहे. आणि पडद्यावर भिकार चित्रे नाचवून स्वतःला कलावंत म्हणून घेणाऱ्या पोटभरू बाजारबुणग्याइतकेच गीताजयंतीदिवशी माझ्यावर प्रवचने झोडणारे लोक विद्वान आहेत. पाहा - ही चित्रे पाहा. हे पहिलं चित्र गोरक्षण फंडाची जाहिरात म्हणून उत्तम आहे. पण कृष्ण हा आपल्या काळातला उत्तम गुराखी आणि गवळी होता, यापेक्षा मुलांना ते दुसरे काय शिकवू शकणार? हे दुसरे चित्र! ते पाहिले की मुले अभ्यास सोडून सिनेमातली गाणी म्हणत बसतील. जन्माला येऊन मी मुरली वाजविण्याखेरीज दुसरा धंदाच केला नाही, अशी या लोकांची समजूत आहे की काय कुणाला ठाऊक! एखादा संशोधक त्यावेळच्या एका चित्रपटकंपनीत कुठल्यातरी खांसाहेबांच्या हाताखाली मी क्लोरोनेट वाजवीत होतो असे अजून सिद्ध करीत नाही हे माझे सुदैवच म्हटले पाहिजे.''

स्वारी क्षणभर गप्प बसली. ओढ्याला येणाऱ्या लोंढ्याप्रमाणे राग आणि दुःख यांचा ओघ वाहू देणेच इष्ट असते हे लक्षात आणून मी स्वस्थ बसलो.

श्रीकृष्ण फळीवरल्या त्या चित्राकडे पाहत म्हणाला, "हे तिसरे चित्र, हे पाहिलं की लहानपणी मला रेफर्मेटरीतच घालायला हवं होतं असं वाटू लागतं. दहीदुधाच्या का होईना दररोज चोऱ्या करण्याखेरीज ज्या मुलाला दुसरं काही सुचत नव्हतं —"

मी मधेच म्हणालो, "या चवथ्या चित्रात तुमच्या चरित्राचा खराखुरा संदेश प्रतिबिंबित झाला आहे."

श्रीकृष्णाने नकारार्थी मान हलविली. मी चकित झालो. कर्तव्यविन्मुख होणाऱ्या अर्जुनाला कर्मयोगाचे स्वरूप विशद करून सांगणारे तत्त्वज्ञान ज्या चित्रांतून व्यक्त होत होते ते चित्रसुद्धा —

श्रीकृष्ण एक सुस्कारा सोडून उद्गारला, "गीता हा माझा आयुष्याचा खराखुरा संदेश नाही. तो संदेश निराळाच आहे. पण ते सांगणारं चित्र माती, पोथी आणि फिल्म यांच्याशी पोटभरूपणानं खेळत बसणाऱ्यांच्या हातून निर्माण होणार नाही. माझ्या आयुष्याचा खराखुरा संदेश एकच आहे — अन्यायाशी लढा. जुलमाशी लढा. प्राण पणाला लावून लढा. राज्याच्या लोभानं किंवा स्वर्गाच्या आशेनं लढू नका. ज्योतीचा जन्म जसा अंधार उजळण्याकरता असतो, त्याप्रमाणे व्यक्तीचा जन्म हे जग अधिक पवित्र, अधिक मंगल, अधिक उदात्त करण्याकरता आहे. म्हणून जगात जे जे अपवित्र असेल, जे जे अमंगल असेल, जे जे अनुदात्त असेल ते ते नाहीसं करण्याकरता लढत राहणं, पराजय झाला तरी लढत राहणं, प्रसंगी गुप्तपणानं- प्रसंगी उघड, जरूर लागेल तेव्हा शस्त्रानं - जरूर लागेल तेव्हा बुद्धीनं, पण एकसारखं जगातल्या राक्षसी शक्तीशी लढत राहणं हेच माझं जीवितकर्तव्य होतं. गोकुळात दहीदूध खाऊन आणि यमुनेच्या वाळवंटात कुस्त्या करून मी शक्ती कमाविली ती तरुण गोपींचे पदर ओढण्याकरता नाही; तर कंसाच्या जुलमी राजसत्तेला सिंहासनावरून खाली ओढण्याकरता. वेळ आली तेव्हा मी उघडपणानं लढलो. पण साम्राज्याच्या राक्षसी लोभानं शेकडो राजांना तुरुंगात टाकणाऱ्या उन्मत्त जरासंधाला जिंकण्याची पाळी आली तेव्हा ब्राह्मणाचा वेष घेऊन मला यश मिळवावं लागलं. दैव माणसाला सदैव अनुकूल असतंच असं नाही. कालयवन पाठलाग करू लागला तेव्हा मला पळता भुई थोडी झाली. पण जिथे शस्त्र पांगळे ठरते तिथे बुद्धी चालू लागते. मी गुहेत झोपलेल्या मुचकुंदाच्या पाठीमागं जाऊन लपलो. झोपमोड झालेल्या मुचकुंदाच्या हातून कालयवन परस्पर मारला गेला. पुढे मी शस्त्रसंन्यास केला. तोही जगाला एक उदात्त मार्ग दिसावा म्हणून! पण भीष्माच्या हातून अर्जुन मारला जाणार अशी भीती वाटू लागताच मी माझी प्रतिज्ञा मोडून शस्त्र हातात धरलं. प्रतिज्ञाभंग पुरवला, तर सत्पक्षाचा विजय झालाच पाहिजे अशी माझी त्यावेळची भूमिका होती. पण त्या प्रसंगाचं चित्र कधी कुणी तयार केलं आहे का? मला दुःख होतंय ते याच गोष्टीचं! फळातला गर टाकून त्याची साल

चोखीत बसणाऱ्या वेड्याप्रमाणे सारे लोक माझ्या चरित्रातल्या बाह्य गोष्टींचं चर्वितचर्वण करीत आहेत. पण त्याचा आत्मा - आत्मचरित्र लिहायची ही तुमची अलीकडची पद्धत माझ्यावेळी असती तर फार बरं झालं असतं. अजूनसुद्धा मी तो प्रयत्न —''

भगवान श्रीकृष्ण आत्मचरित्र लिहिणार या कल्पनेने आनंदित होऊन मी डोळे मिटून घेतले. लेखक होण्यात आपण फार मोठी चूक केली, आपण प्रकाशकच व्हायला हवे होते. या लढाईच्या धामधुमीत भिकार पुस्तके काढणारे काही गचाळ प्रकाशक जसे एकदम गबर झाले त्याप्रमाणे श्रीकृष्णाचे आत्मचरित्र छापून आपणही घरावर सोन्याची कौले घालू असा विचार झटकन माझ्या मनात येऊन गेला. एका भाषेत चित्रपट काढायचा असूनसुद्धा चित्रपटकंपन्या लेखकाकडून त्याच्या कथेचे जसे जागतिक हक्क घेतात त्याप्रमाणे श्रीकृष्णाकडून त्याच्या आत्मचरित्राचे पारलौकिकसुद्धा हक्क घ्यायचे आणि अपरात्र असली तरी करार आत्ताच्या आत्ता करून टाकायचा, म्हणून मी डोळे उघडले.

पाहतो तो काय? पलीकडे मुले झोपली आहेत आणि फळीवर ते चार मातीचे श्रीकृष्ण जिथल्या तिथे स्वस्थ बसले आहेत.

अंधश्रद्धा

मी डोळे उघडून पाहिले. घड्याळात साडेसात वाजले होते. मी उठून खिडकीतून बाहेर पाहिले. नुकते कुठे उजाडलेय असा भास होत होता. सारे आभाळ काळवंडले होते. होळी विझल्यानंतर तिथल्या राखेच्या ढिगाला जशी अवकळा येते तशी पूर्वदिशा दिसत होती. सूर्याचा तर कुठे पत्ताच नव्हता. माझ्या मनात आले, ही कुंद पावसाळी हवा पाहून भगवान सूर्यनारायणही आपल्या अंथरुणात डोळ्यावर गुडुप पांघरूण घेऊन निजून राहिला असावा.

या विचित्र कल्पनेचे माझे मलाच हसू आले. मनुष्य आपल्यावरून जगाची परीक्षा करण्याचा मूर्खपणा नेहमी करतो. त्यातलाच प्रकार होता हा! चुलीच्या उबेत अंगाचे गाठोडे करून निजणाऱ्या मांजराच्या पिलाप्रमाणे अंगावर उबदार रग गुरफटून घेऊन अंथरुणात लोळत पडण्याची इच्छा माझ्या मनात पुनःपुन्हा डोकावून पाहत होती. आणि तेवढ्यासाठी मी प्रत्यक्ष सूर्यावर आळशीपणाचा आरोप करीत होतो.

मी पुन्हा पूर्वेकडे पाहिले. सूर्य अजून कुठंच दिसत नव्हता. पण पूर्वेच्या बाजूला प्रकाशाचे अंधूक अंधूक पट्टे सर्वत्र नाचत होते. जुलमी राजसत्तेपुढे बाह्यतः माघार घ्यावी लागली तरी गुप्त राहून आपले तेजस्वी कार्य अखंड चालू ठेवणारे देशभक्त असतात ना! त्यांचेच अनुकरण आज सूर्य करीत आहे असा मला भास झाला.

पण खोलीच्या बाहेर येऊन रस्त्याकडे पाहताच माझी ही सारी कल्पकता एका क्षणात गारठली. किरकिर करणाऱ्या मुलाप्रमाणे रात्रभर पावसाची चिरचिर सुरू होती. त्या चिरचिरीने रस्त्याला जे रमणीय स्वरूप प्राप्त झाले होते त्याचे वर्णन करायला अच्छोद सरोवराचे सुंदर शब्दचित्र रेखाटणाऱ्या बाणाची प्रतिभासुद्धा धजली नसती! ठिकठिकाणच्या खड्ड्यांत साठलेले ते गढूळ पाणी - चिखलाचा तो रबडा - एखादा सायकलवाला जाताच या रबड्याचे भोवताली उडणारे सुरम्य तुषार - पायी चालणाऱ्या माणसांना सावधपणा शिकविण्याकरता निसर्गाने निरनिराळ्या ठिकाणी निर्माण केलेल्या निसरड्या जागा—

पावसाळ्यात असल्या रस्त्यांवरून म्युनिसिपालिटीच्या सर्व सभासदांची दररोज सकाळी धावण्याची शर्यत ठेवावी असा विचार माझ्या मनात आल्यावाचून राहिला नाही

आपले फिरणेबिरणे आज निकालात निघाले अशा समजुतीने चूळ भरून मी चहा घ्यायला गेलो. चहा पिता-पिता कुठेतरी जवळच मंगलवाद्ये वाजत आहेत असे वाटले. मुले तर काय वाजत आहे हे पाहण्याकरता बाहेर धावतच गेली. कुणाचे तरी लग्नबिग्न असेल असे पहिल्यांदा माझ्या मनात आले. पण श्रावणातल्या मंगळवारी रजिस्ट्रारच्या कचेरीत लग्ने लागत असली तरी वाजतगाजत जाणारी जुन्या पद्धतीची लग्ने चातुर्मासात होणे शक्य नाही हे लगेच माझ्या लक्षात आले. सिनेमाच्या जाहिरातीपासून लग्नाच्या मिरवणुकीपर्यंत सर्व प्रसंगी हल्ली तीच मंगलवाद्ये आणि 'सावनके नजारे है' वगैरे तीच तीच गाणी वाजविली जातात. तेव्हा एवढे वाजतगाजत रस्त्यावरून काय प्रकरण चालले आहे ते पाहावे म्हणून मीही चहा झटपट संपवून गच्चीत आलो.

आमच्या घरासमोरच जे दृश्य दिसले त्याने मी आजही चकित होऊन गेलो. भोवतालच्या सर्व घरांतली माणसे तो देखावा पाहण्याकरता आपापल्या दारात जमली होती. मोठ्या कौतुकाने ती रस्त्यांतल्या दृश्याकडे बघत होती. काहीतरी दिव्य, पवित्र आणि उदात्त प्रसंग आपल्या डोळ्यांपुढे घडत आहे असा त्यांच्या मुद्रांवरून भास होत होता.

ते उदात्त दृश्य म्हणजे रस्त्यावरून लोटांगण घालीत जाणारी एक बाई होती. मध्यम वयाची ती मराठ्याची बाई पाण्याची, चिखलाची किंवा खड्ड्यांची पर्वा न करता हात जोडून रस्त्यावर साष्टांग नमस्कार घालीत होती. पुन्हा भक्तिभावाने उठत होती आणि पुन्हा हात जोडून रस्त्यावर लोटांगण घालीत होती. असे लोटांगण घालीत जाण्याचा तिने तीन-चार मैलांवर असलेल्या एका देवीला नवस केला होता म्हणे! कुस्ती जिंकणाऱ्या पहिलवानाप्रमाणे असा खडतर नवस बोलणाऱ्या बाईची मिरवणूक निघावी यात नवल असे काहीच नव्हते. पण —

माझ्या मनाला आतून एकदम काहीतरी टोचू लागले,

कुठल्याही वेडाचे समाजाने कौतुक करण्यात मोठा धोका असतो. त्यामुळे त्या वेडावर लोकमान्यतेचा शिक्का बसतो. हां हां म्हणता ते वेड आदर्श ठरते. तसेच वागायची नि त्याच मार्गाने जाऊन मोठेपण मिळवायची इच्छा अनेकांच्या मनात आपोआप उत्पन्न होऊ लागते. शर्यतीचे अत्यंत घातक असे व्यसन आपल्या समाजात गेल्या दहा-वीस वर्षांत असेच पसरले नाही काय?

माझे मन म्हणू लागले, घोड्यावर लावलेला पैसा आणि देवाला बोललेला नवस या दोन्ही गोष्टी एकाच लायकीच्या आहेत. शर्यतीच्या नादात हजारो लोकांच्या संसाराची धुळधाण होत असली तरी योगायोगाने एखाद्याच्या घरावर सोन्याची कौले चढतात. ती कौले जगाला दिसतात आणि भाजलेल्या खोबऱ्याच्या वासाने सापळ्यात उंदीर सापडावेत त्याप्रमाणे माणसांमागून माणसे वैभवाच्या मोहाने व्यसनाच्या

काळपिंजऱ्यात अडकून पडतात!

देवावरली अंधश्रद्धा हा असाच एक विचित्र सामाजिक पिंजरा आहे. आजपर्यंत लाखो वांझ बायकांनी मूल व्हावे म्हणून देवळाचे उंबरठे झिजविले असतील आणि पिंपळाचे पार गुळगुळीत केले असतील. पण या बायकांपैकी पुढे किती लेकुरवाळ्या झाल्या हा हिशेब कधी कुणी ठेवला आहे का? दगडी देवापुढे नाक घासून जर मुले होत असती तर आजच्या दारिद्र्याच्या काळात अधिक मुले होऊ नयेत या इच्छेने लाखो लोक मोठ्या आनंदाने आपली नाके चपटी - अगदी चिनी किंवा जपानी घाटाचीसुद्धा - करून घ्यायला एका पायावर तयार झाले असते!

ती बाई दंडवत घालीत घालीत खूप दूर गेली होती. अगदी दिसेनाशी झाली होती ती आता; पण तिच्या त्या अंधश्रद्धेने माझ्या मनात निर्माण केलेले वादळ काही केल्या थांबेना. माझ्या मनात आले, तोंडात पाणीसुद्धा न घालता ही बाई तीन-चार मैल अशी लोटांगणे घालीत जाणार. रस्त्यात पायाला एखादा दगड लागला तरी आपण अस्वस्थ होतो. पण ही बाई दगडांतून, खड्ड्यांतून शांतपणाने सारे शरीर लोळवीत ते देऊळ गाठणार. तिथे पोहोचायला कदाचित संध्याकाळसुद्धा होईल तिला. चहाला पाच मिनिटे उशीर झाला तर आपण बेचैन होतो. पण ही बाई संध्याकाळपर्यंत निग्रहाने उपाशी राहणार. तिच्या श्रद्धेची ही उत्कटता अलौकिक आहे. पण—

पण दुर्दैवाने ही श्रद्धा अंध आहे. आज रशियात ही बाई असती तर - आपल्या देशाचे स्वातंत्र्यरक्षण करण्याच्या कामी तिच्या या लोकविलक्षण चिकाटीचा आणि उत्साहाचा किती उपयोग झाला असता. पण ती हिंदुस्थानातली बाई आहे. तिचा त्याग, तिचे धैर्य, तिची सहनशीलता, तिची श्रद्धा हे सारे सह्याद्रीवरून खाली पडून रानावनातून वाहत जाणाऱ्या जलप्रवाहाप्रमाणे फुकट जाणारे गुण आहेत. धरणे बांधून त्या जलप्रवाहांतून वीज निर्माण केली तर महाराष्ट्रात कितीतरी नवेनवे कारखाने निघतील. पण - पण लक्षात कोण घेतो?

हिंदुस्थानात आढळणारी अंधश्रद्धा हीसुद्धा अशीच एक विलक्षण शक्ती आहे. आज तिचा भयंकर दुरुपयोग होत आहे. पण पारतंत्र्याइतकाच अंधश्रद्धा हाही व्यक्तीचा आणि राष्ट्राचा सर्वांत मोठा शत्रू असतो याची जाणीव जर बहुजन समाजाला झाली —

या विचारापाशी मी एकदम थांबलो. थांबावेच लागले मला! माझे मन अस्वस्थ झाले. मघाच्या त्या अशिक्षित बाईला हसण्यात काय अर्थ आहे? आमच्यातली मोठमोठी माणसेसुद्धा अजून तिच्यासारखीच वागताहेत, हा विचार माझ्या मनात आला. ज्या देशात चित्रपटाचे निर्माते कथा किंवा अभिनय यांच्यात लक्ष घालण्यापेक्षा ज्योतिषांना आपल्या पत्रिका दाखवीत बसतात तिथे कलेची प्रगती कशी होणार?

जिथे शिकल्यासरवलेल्या मुली दाखवायच्या आणि हुंडा घ्यायच्या क्रूर रूढीपुढे मुकाट्याने मान लववीत आहेत, तिथे प्रेमविवाह हा थट्टेचा विषय ठरावा यात आश्चर्य कसले? कोहळा घ्यायची भाषा करायची आणि आवळासुद्धा द्यायचा नाही, हा साम्राज्यशाहीचा लोभी स्वभाव काय आमच्या पुढाऱ्यांना आज पहिल्यांदाच कळतोय? पण अजूनही गोडीगुलाबीने आणि तडजोडीने देशाला स्वातंत्र्य मिळवून देऊ पाहणारे मुत्सद्यांचे फड ठिकठिकाणी दृष्टीस पडत आहेतच की!

कुठल्याही क्षेत्रात चला, जिथे तिथे आमच्या जीवनाच्या गाड्या अजून जुन्या चाकोऱ्यांतून जात आहेत, सारी माणसे आंधळ्याच्या माळेप्रमाणे धडपडत अंधश्रद्धेने मार्ग क्रमीत आहेत. प्रगतिपर आयुष्य हे नेहमीच एक प्रकारचे बंड असते. नवे जीवन हे क्रांतीवाचून कधीच निर्माण होत नाही आणि श्रद्धा ही कुठल्याही क्रांतीची वडील बहीण असली तरी अंधश्रद्धा ही तिची कट्टी वैरीण होते या गोष्टीकडे आमचे काही केल्या अजून लक्षच जात नाही.

माझ्या मनात एकदम आले, ती बाई आता किती लांब गेली असेल बरे? अर्धा फर्लांग—

आता मला त्या बाईचे हसू आले नाही - नुसती कीवही आली नाही. तिच्याविषयी विचित्र प्रकारची सहानुभूती वाटू लागली मला. ती बाई हे एक प्रतीक आहे असे मला वाटू लागले. तिच्या ठिकाणी अंधश्रद्धांच्या शेकडो शृंखलांनी जखडलेल्या आणि त्यामुळे गुलामगिरीत खितपत पडलेल्या माझ्या मातृभूमीची मूर्ती मला दिसू लागली.

❖

महात्म्यांचे अश्रू

माझ्या हातातल्या वर्तमानपत्रात नाना प्रकारच्या बातम्या फडकत होत्या. दुकानदार आपला माल आकर्षक करण्याकरता त्याची विविध सुंदर रचना करतात ना! दैनिकाच्या संपादकांनाही दररोज आपल्या बातम्या अशाच सजवून मांडाव्या लागतात. अशा दृष्टी वेधून घेणाऱ्या सर्व वार्तांवरून मी नजर फिरविली. कोहिमानजीकची दोस्तांची सरशी, भरलेले पिस्तूल चुकून उडाल्यामुळे सिंधमधल्या एका मंत्र्याच्या पत्नीला आलेला मृत्यू, रेशनिंग कार्ड न मिळाल्यामुळे पंढरपूरच्या विठोबावर अन्नाकरता हायकोर्टात जायची आलेली पाळी - दैनिक वृत्तपत्र म्हणजे नवरसांची धर्मशाळा असते, या माझ्या एका मित्राच्या उक्तीचा अनुभव मी क्षणार्धात घेतला.

पण पुढच्याच क्षणी मी या साऱ्या चित्रविचित्र बातम्या विसरून गेलो. माझे डोळे एका वाक्यावर खिळून राहिले. तीन साध्या शब्दांचे छोटे वाक्य होते ते- 'मी सुखी नाही.'

गमतीने सहल करीत असताना पायाला एकदम काटा बोचावा तसे झाले मला ते वाक्य वाचून. स्वतःसाठी जगणारी जगातली असंख्य माणसे हे वाक्य नेहमीच स्वगत उच्चारीत असतात. त्यांतली अनेक त्याचे वारंवार अवास्तव प्रदर्शनही मांडतात. या सर्व तक्रारखोरांना रामदासांनी 'जगी सर्व सुखी असा कोण आहे!' या एका चरणात कायमचे उत्तर देऊन ठेवले आहे. भोग भोगून मनुष्य कधीच तृप्त होत नाही; उलट, उपभोगाने मनुष्य अधिक हावरा आणि अधिक लंपट होत जातो, हा अनुभव महाभारतातल्या ययाती राजाइतका जुना आहे. त्यामुळे 'मी सुखी नाही,' हे कुणाचेही शब्द वाचल्याबरोबर विरघळून जाण्याइतके माझे मन काही कच्चे किंवा काव्यमय राहिलेले नाही. पण —

ते शब्द तुमच्याआमच्यासारख्या एखाद्या सामान्य व्यक्तीचे नव्हते. एका जगद्वंद्य विभूतीचे शब्द होते ते. ते शब्द धनासाठी धडपडणाऱ्या एखाद्या विद्वानाचे किंवा कीर्तीसाठी तडफडणाऱ्या एखाद्या कलावंताचे नव्हते. आपले मरण हसऱ्या डोळ्यांनी पाहणाऱ्या एका संताचे शब्द होते ते. ते शब्द हळुवार मनाच्या आणि पुस्तकी ज्ञानाच्या एखाद्या विशीतल्या तरुणाचे नव्हते. पंचाहत्तर पावसाळे पाहिलेल्या कणखर मनाच्या तपस्वी वृद्धाचे शब्द होते ते. स्वतःच्या संकुचित संसारात सुख मिळविण्याकरिता धडपडून निराश झालेल्या एखाद्या दुर्दैवी जिवाचे शब्द नव्हते ते!

ज्याच्या डोळ्यांत गंगेचे पावित्र्य आहे, ज्याच्या हृदयात महासागराचे गांभीर्य आहे, ज्याच्या हृदयात साऱ्या मंगल ध्येयांना धीर देण्याची शक्ती आहे अशा महात्म्याचे शब्द होते ते!

गांधीजींनी अगदी अलीकडे जयकरांना लिहिलेल्या छोट्या पत्रातले ते तीन शब्द — त्या तीन शब्दांत त्रिभुवनातले कारुण्य भरले आहे असा मला भास झाला. 'मी सुखी नाही' असे स्वत: महात्माजीच म्हणत होते. तेव्हा या उद्गारांच्या खरेपणाविषयी प्रश्नच नव्हता. ते करुण शब्द वाचून माझ्या डोळ्यांपुढे एक कल्पनाचित्र उभे राहिले.

गांधीजी विलक्षण संयमी आहेत हे खरे; पण अशा असुखी मन:स्थितीत त्यांना अंथरुणावर पडल्याबरोबर झोप येत असेल का? छे! ते शक्यच नाही. गांधीजी देवमाणूस असले तरी ते आधी माणूस आहेत आणि मग देव आहेत. कस्तुरबांची शेवटची घटका जवळ आल्याचे ओळखल्यावर 'पेनिसिलीनचे इंजेक्शन देऊन आपल्या आईच्या शेवटच्या क्षणी उगीच त्रास का देतोस?' असे ते देवदासांना म्हणाले. पण दुसऱ्या दिवशी बांचे शरीर जेव्हा आपल्या शेवटच्या यात्रेला निघाले, तेव्हा गांधीजींनी पाणावलेल्या डोळ्यांनी उद्गार काढले, 'तिला तिरडीवर बांधू नका. तशीच न्या.'

एवढे कणखर आणि एवढे हळुवार असलेले गांधीजी — 'मी सुखी नाही' म्हणून पत्रात मित्रापाशी आपल्या हृदयातली व्यथा व्यक्त करणारे गांधीजी — रात्री झटकन झोपू शकत असतील? छे! त्यांनी कितीही मनोनिग्रह केला तरी त्यांच्या डोळ्यांपुढे आजची दीन, दलित 'भारतमाता' उभी राहत असेल. तिच्याकडे पाहवत नाही म्हणून त्यांनी डोळे मिटून घेतले तरी तिच्या पायांतल्या अधिक अधिक जड होत चाललेल्या शृंखलांच्या खळखळाटाने त्यांचा डोळा लागत नसेल. अशा व्याकूळ मन:स्थितीत त्यांना नकळत त्यांच्या डोळ्यांतून दोन अश्रुबिंदूही त्यांच्या उशीवर पडत असतील.

बोलूनचालून हे कल्पनाचित्रच! पण या काल्पनिक चित्राने माझे मन अत्यंत अस्वस्थ करून टाकले. मी हातातले वर्तमानपत्र दूर फेकून दिले आणि गार वारा लागून जरा बरे वाटेल या आशेने खिडकीपाशी जाऊन उभा राहिलो. मी बाहेर पाहिले — एक तारा खळकन तुटून पडला. माझ्या मनात आले, स्वर्गात अश्रू नसतात असे कवी आजपर्यंत सांगत आले. पण हे सारे कविलोक लबाड असतात. हा तुटून पडलेला तारा — कुणातरी स्वर्गस्थ विभूतीचा अश्रुबिंदूच असावा तो! कुणा महात्म्याचा अश्रू असेल बरे तो?

* * *

त्या मार्गदर्शक देवदूतामागून मी जात होतो. एका भव्य शुभ्र मंदिरापाशी थांबून

तो उद्‌गारला, ''हे स्वर्गातलं महात्म्यांचं निवासस्थान!''

जणूकाही जाईच्या फुलांनीच ते मंदिर बांधले होते. किती सुंदर! किती पवित्र! मी झटकन आत गेलो. समोर मध्यभागी बुद्धदेवाची ध्यानस्थ आकृती दिसत होती. मी अगदी जवळ जाऊन तिला अभिवादन केले. बुद्धदेवांनी डोळे उघडले. मी मनात चरकलो. ते डोळे ओले दिसत होते. होय, माझा तर्कच बरोबर होता. माझ्या समोर त्यांनी आपले डोळे पुसले.

मी नम्रपणाने प्रश्न केला, ''महाराज, एक शंका विचारू?''

''अवश्य.'' बुद्धदेव हसत म्हणाले. पण ते हास्य मला कारुण्यपूर्ण वाटले.

'आपण जगातलं दुःख नाहीसं करण्याकरता एका मध्यरात्री राजवैभवाचा, स्त्रीसुखाचा आणि पुत्रसुखाचा त्याग केलात. त्या विलक्षण क्षणीसुद्धा आपल्या डोळ्यांत एकही अश्रू उभा राहिला नाही. आणि आज इतक्या वर्षांनी—''

बुद्धदेव गंभीरपणे उद्‌गारले, ''मी स्वतःच्या संसाराचा त्याग केला तो जगाचा संसार सुखाचा व्हावा म्हणून. त्या आशेनं माझं मन त्यावेळी फुलून गेलं होतं. आज ना उद्या नवं सुखी जग निर्माण होईल, असं मला वाटत होतं. पण ती आशा - ती फुलं आता कोमेजून गेली आहेत. माझ्या मूर्तीपुढं मस्तक नम्र करणारी माणसं इतर माणसांची मस्तकं उडविण्यात आज दंग होऊन गेली आहेत. माझ्या अहिंसेच्या तत्त्वज्ञानाचा अभिमान बाळगणारी माणसं जंगली जनावराप्रमाणे हिंस्त्र बनण्यात सध्या आनंद मानीत आहेत. या गोष्टीचं मला विलक्षण दुःख होतंय. हे अश्रू - छे! अजून मी सुखी नाही.''

बुद्धदेवांच्या डोळ्यांतल्या त्या अश्रुबिंदूंकडे मला पाहवेना. मी दुसरीकडे दृष्टी वळविली. तिथे ख्रिस्ताची मूर्ती उभी होती. मी जवळ जाऊन तिला वंदन केले. वधाच्या वेळी छातीवर जुळविलेले ख्रिस्त देवांचे हात अजूनही तसेच होते. मी त्यांच्या डोळ्यांपुढे पाहिले. त्यातून अश्रुबिंदू ओघळत होते.

मी खाली मान घालून विचारले, ''महाराज, एक प्रश्न विचारू?''

''विचार.'' ख्रिस्तदेवांनी उत्तर दिले.

''हसत-हसत वधस्तंभावर चढणाऱ्या आपल्यासारख्यांच्या डोळ्यांतले हे अश्रू पाहून —''

किंचित हसून ख्रिस्तदेव उद्‌गारले, ''या अश्रूंनी तरी पृथ्वीवर पेटलेला वणवा विझतो किंवा काय हे पाहतोय मी. दोन हजार वर्षांपूर्वी वधस्तंभावर लटकताना मला वाटलं, माझ्या रक्तानं जगातलं सारं पाप धुऊन जाईल, माणसाचं मन निर्मळ होईल. पण माझी पूजा करणारेच आज माझी तत्त्वं पायाखाली तुडविताहेत. एका गालावर कुणी चापट मारली तर दुसरा गाल पुढं करा, असा उपदेश मी जन्मभर केला. पण माझे अनुयायी आज जगात काय करताहेत? ते कुणाच्याही एका

गालावर चापट मारून थांबत नाहीत! त्याचा दुसरा गालही तितकाच लाल होईल अशी काळजी ते घेत आहेत. ते एक देश गिळंकृत करून कधीच थांबत नाहीत. त्याच्या मागोमाग दुसरा देश आपला गुलाम कसा होईल याची दक्षता ते घेत आहेत. 'हिंसा करू नका' ही माझी पवित्र आज्ञा! पण ख्रिश्चन म्हणविणाऱ्या - माझं नाव अभिमानानं घेणाऱ्या - जगातल्या सर्व देशांत आज घडोघडीला मनुष्याच्या निष्पाप रक्ताच्या नद्या वाहत आहेत, त्याच्या पवित्र हाडामांसांचे पर्वत रचले जात आहेत. ही स्थिती नाहीशी होईपर्यंत माझे अश्रू थांबणार नाहीत. स्वर्गात येऊन दोन हजार वर्षं झाली मला! पण अजून - अजून सुखी नाही मी.''

मला वर मान करून ख्रिस्तदेवाकडे बघण्याचा धीर होईना. मी खाली पाहत पुढे चालू लागलो. मधेच जरा धीर करून मी उजव्या बाजूला पाहिले. तिथे माझ्या आवडत्या लेखकाची - टॉलस्टॉयची - स्वारी बसली होती. मी जरा निरखून पाहिले. टॉलस्टॉयच्या डोळ्यांतही अश्रू दिसत होते. स्वारी स्वतःशीच काहीतरी पुटपुटत होती. मी लक्ष देऊन ऐकू लागलो, 'एका माणसाला किती जमिनीची जरुरी आहे? फक्त साडेतीन हात! पण - पण - हे कधी कळणार या माणसांना?' एवढे शब्द मला अगदी स्पष्ट ऐकू आले.

जड अंतःकरणाने आणि जड पावलांनी मी पुढे चाललो. मधे सहज डावीकडे वळून पाहिले. तुकाराम महाराज अभंग आळवीत बसलेले दिसले. पण - महाराजांच्या मुद्रेकडे दृष्टी जाताच माझे मन कंपित झाले. त्यांच्याही डोळ्यांतून अश्रुधारा वाहत होत्या. जगातली रंजले - गांजलेल्यांची संख्या कमी होण्याऐवजी वाढतच आहे हे पाहून इंद्रायणीने आपले अभंग उगीच तारले असे तर त्यांना वाटत नसेल ना?

कुणाला ठाऊक! मला त्यांच्याकडे पाहण्याचा धीर होईना. मी डोळे मिटून घेतले!

* * *

मी डोळे उघडले तेव्हा दैनिकाचा तो अंक माझ्या अंथरुणाजवळच पडला होता. मी तो उचलला. माझे लक्ष गांधीजींच्या त्या छोट्या पत्राकडे गेले. माझी दृष्टी त्या तीन शब्दांवर पुन्हा खिळली — 'मी सुखी नाही.'

माझ्या मनात आले, नव्या सुखी जगाच्या पोकळ गप्पा आजकालचे मुत्सद्दी मारीत आहेत दररोज; पण जोपर्यंत बुद्ध - ख्रिस्तांच्या डोळ्यांतून दुःखाचे अश्रू वाहत आहेत, तुकाराम - टॉलस्टॉयसारख्यांचे आत्मे आपला उपदेश पालथ्या घागरीवरल्या पाण्यासारखा झाला म्हणून तळमळत आहेत आणि गांधीजींसारख्या धर्मराजाच्या मुखातून 'मी सुखी नाही' हे आर्त उद्गार बाहेर पडत आहेत, तोपर्यंत नवे सुखी जग जन्माला येणार नाही. त्या नव्या जगाचा जन्म —

गांधीजी धर्मराज असले तरी त्यांच्यासारख्या महात्म्यांनासुद्धा हे जग निर्माण

करता येणार नाही. त्यांच्या डोळ्यांतून वाहणाऱ्या अश्रूंची किंमत ज्या दिवशी जगातल्या प्रत्येक सामान्य मनुष्याला कळेल, त्याच दिवशी —

महाभारतातल्या एका गोष्टीची आठवण झाली मला. विराट आणि धर्मराज द्यूत खेळत असताना रागावून विराटाने धर्माच्या तोंडावर फासा मारला. धर्माच्या नाकातून रक्त वाहू लागले. ते जमिनीवर पडू नये म्हणून धर्माने ते ओंजळीत धरले. द्रौपदी जवळच उभी होती. तिने लगबगीने एक भांडे आणून त्यात ते गळणारे रक्त धरले. इतक्यात बृहन्नडेसह उत्तर भेटायला आल्याची द्वारपालाने वर्दी दिली. तेव्हा धर्म म्हणाला, ''बृहन्नडेला आत आणू नका. युद्धावाचून इतर वेळी जो माझ्या अंगातून रक्त काढील त्याचा तत्काळ वध करायची अशी बृहन्नडेची प्रतिज्ञा आहे. हे रक्त त्याच्या दृष्टीला पडलं तर विराट प्राणाला मुकेल.''

धर्मराजाच्या त्या रक्तापेक्षा बुद्ध, ख्रिस्त आणि गांधी यांच्यासारख्या महात्म्यांच्या अश्रूंची किंमत कमी आहे असे कोण म्हणेल? रक्त हे शरीराचे अश्रू असले तर अश्रू हे आत्म्याचे रक्त आहे. अलौकिक महात्म्यांचे हे अमोल रक्त जमिनीवर पडू नये म्हणून जोपर्यंत जगातल्या सर्व उदात्त शक्ती धाव घेत नाहीत, तोपर्यंत हे पवित्र रक्त काढणाऱ्याला शिक्षा केल्याशिवाय आम्ही राहणार नाही अशी प्रतिज्ञा करणारे अर्जुन जोपर्यंत प्रत्येक देशात विपुल प्रमाणात उत्पन्न होत नाहीत तोपर्यंत मुत्सद्यांची एक ठेवणीतली थाप किंवा कवींचे एक गोड स्वप्न यापलीकडे 'नवे जग' या शब्दप्रयोगाला काही अर्थ नाही. ज्या दिवशी गांधीजींसारख्या महात्म्यांच्या डोळ्यांतून अश्रू येण्याऐवजी त्यांच्या मुखातून 'मी सुखी आहे' असे शब्द निघतील त्याच दिवशी नव्या जगातला पहिला सूर्य आपल्या पवित्र किरणांनी या पृथ्वीला प्रकाशित करील.

❖

गोष्ट जुनीच आहे!

आरामखुर्चीत पडून चित्रविचित्र कल्पनातरंगांत रमून जाण्याचा विलक्षण नाद आहे मला! अगदी सुताने स्वर्गाला जातो मी अशा वेळी!

काल असेच झाले. जर्मनीने इंग्लंडवर निर्मनुष्य विमाने पाठविल्याचे मी वृत्तपत्रात वाचले. आरामखुर्चीत पडल्या पडल्या मी स्वत:शी म्हणालो, बिनकाट्याचा अननस ही आपल्या लहानपणी मोठी अपूर्व चीज वाटायची लोकांना! पण आता बिनमाणसांनी चालणारी विमानेसुद्धा निघाली. आजकाल हे सारे शास्त्रज्ञ मृत्यूचे जिगरदोस्त झाले आहेत. पण उद्या उपरती होऊन ते मृत्यूचे कट्टर दुष्मन झाले तर?

तर हां हां म्हणता मनुष्याला अमर करण्याचे औषध ते शोधून काढतील. देवदैत्यांना ज्याच्यासाठी समुद्र घुसळावा लागला त्या अमृताचा डोस उद्या चार आण्याला बाजारात मिळू लागेल. मनुष्याला अमर करण्याच्या औषधानंतर त्याला पुन्हा लहान करण्याचे औषधही ते शोधून काढतील. त्यात एवढे कठीण असे काय आहे?

मी विचार करू लागलो, अमर होण्याचे औषध आणि पुन्हा लहान होण्याचे औषध अशी दोन औषधे जर उद्या बाजारात मिळू लागली तर आपण त्यांतले कुठले घ्यायचे? कितीही महाग असले तरी आपण दुसरेच औषध घेऊ. अमर होणे याचा अर्थ खूपखूप म्हातारे होणे असाच आहे. पण आकड्यांनी मोजता येणार नाही एवढी संपत्ती एखाद्याने मिळविली तरी तेवढ्यावरून काही तो जगातला सर्वांत सुखी मनुष्य ठरत नाही. कदाचित तो पृथ्वीच्या पाठीवरला सर्वांत दु:खी मनुष्यही असू शकेल. आयुष्याच्या संपत्तीचेही असेच आहे. केवळ पावसाळ्यांची संख्या वाढली म्हणून काही कुणाच्या आयुष्यात अधिक पिके निघत नाहीत. उलट, झाडाप्रमाणे माणसेही पुढे-पुढे वठून जाण्याचाच अधिक संभव उत्पन्न होतो.

आणि म्हणूनच ज्या काळात जीवनाच्या चिमुकल्या वेलीवर एकसारखा फुलोरा फुलत असतो ते लहानपणच मला नेहमी अधिक आवडते. साठीनंतरचे एक वर्ष घेऊन ब्रह्मदेव बालपणातला एक दिवस परत द्यायला तयार असेल तर हा सौदा करायला मी केव्हाही एका पायावर तयार आहे. मला परत मिळणारा तो दिवस उन्हाळ्यातला असला तर या फुलावरून त्या फुलावर चिमुकल्या विमानांप्रमाणे उडत जाणारी चित्रविचित्र पंखांची रत्ने-माणके पाहून मी धरण्याकरता मी धावत

सुटेन. तो दिवस पावसाळ्यातला असला तर माझ्या वडील भावाच्या अभ्यासाच्या वह्यांतले कागद हळूच वाचून काढून कुणाकडून तरी त्यांच्या छोट्या नावा मी करून घेईन नि घरासमोरून वाहणाऱ्या पाण्यात दिवसभर त्या सोडीत बसेन आणि तो दिवस थंडीचा असला तर अगदी पहाटे उठून शेजारच्या वेणूच्या आधी कोपऱ्यावरल्या पारिजातकाची सारी फुले वेचून आणून तिची अशी फजिती करीन की—

पुन्हा परत मिळणाऱ्या त्या एका दिवसात आणखीही एक गोष्ट मी करणार आहे. एक छोटी सुंदर वही विकत घेऊन तिच्यात खूप खूप संदेश घेणार आहे मी! गेल्या दहा-बारा वर्षांत संदेश देऊन देऊन अगदी कंटाळलोय मी. कुणालाही संदेश देताना प्रत्येक वेळी माझ्या मनात येते, आपल्या लहानपणी ही गंमत असती तर फार बरे झाले असते. माझे आजोबा, बाबा-काका मोठे संभाषणचतुर होते. त्यांच्या गप्पा रंगल्या नाहीत असे कधी झालेच नाही. मधूनमधून ते मोठे मार्मिक बोलत. पण आता त्यांचे उत्कृष्ट असे एकही वाक्य माझ्या संग्रही नाही. माझ्या लहानपणी संदेशवह्या असत्या तर मी बाबा-काकांच्याकडून दररोज नवा नवा संदेश घेतला असता. बाबा-काकांच्यासारख्या विद्वान शास्त्रज्ञांचाच काय पण आमच्या घरी काम करणाऱ्या धोंडू मोलकरणीचासुद्धा संदेश घेतला असता मी त्या वहीत!

अरेच्या, बिचारी धोंडू! तिला कुठे लिहायला येत होते? पण एवढ्यासाठी मी तिचा संदेश घेतल्याशिवाय थोडाच राहणार होतो. 'सकाळी उठोनी देवासी भजावे' किंवा 'एका कोळियाने एकदां आपुले' असे काहीतरी वर लिहून खाली तिचा अंगठा घ्यायला मी कमी केले नसते. धोंडूच्या संदेशानंतर मी माझा त्यावेळचा अतिशय आवडता लेखक इसाप याचा संदेश घेऊन शाळेतल्या माझ्या साऱ्या दोस्तांना चकित करून टाकले असते.

छे! काय विचित्र कल्पना येतात माणसाच्या मनात! ज्याला मरून शेकडो वर्षे होऊन गेली होती, त्या इसमाचा संदेश घ्यायचा म्हणजे मला स्वर्गातच जायला हवे.

* * *

एकदम एक शांतगंभीर आवाज ऐकू आला, 'मी आलो आहे.'

मी निरखून पाहिले. आधीच मला थोडे कमी दिसते. त्यात संधिप्रकाशाची भर. माझ्यापुढे ती उभी असलेली व्यक्ती अंधूक अंधूकच दिसत होती मला! काही केल्या मला तिची ओळख पटेना. मी विचारले, ''आपले नाव काय?''

''इसाप!''

इसाप? साऱ्या जगातल्या बाळगोपाळांचा आवडता लेखक इसाप?

''छे! मला खरं वाटत नाही हे!''

"तू स्वप्नात नाहीस अशी तुझी खात्री करण्याकरता तुला चिमटा काढू का?" इसापने हसत हसत विचारले. तो जवळ आला, पण त्याने मला चिमटा काढला नाही. नुसत्या गुदगुल्या केल्या.

एखाद्या भिकाऱ्याला जादूचा दिवा मिळावा, त्याने तो सहज घासावा आणि समोर हात जोडून उभ्या राहिलेल्या राक्षसाने 'काय हवं?' असा प्रश्न करताच पंचपक्वान्नांच्या ताटाऐवजी त्याने चार पैशांचे चुरमुरे-फुटाणे मागावेत तशी स्थिती झाली माझी! मी इसापची आठवण केली - इसाप माझ्यापुढं येऊन उभा राहिला, पण —

गेल्या पंचवीस वर्षांत झालेल्या दोन महायुद्धांमुळे माझ्यासारख्या सामान्य मनुष्याच्या मनात जो गोंधळ माजला आहे तो - बिचारा इसाप कसा दूर करणार? चाणक्य, मॅकिव्हेली, शिवाजी किंवा नेपोलियन यांच्यापैकी कोणीही 'प्रवास करू नका' या सध्याच्या वर्तमानपत्रांतल्या जाहिरातीकडे दुर्लक्ष करून परलोकांतून मला भेटायला आला असता तर या प्रश्नाचा अधिक लवकर उलगडा होणे शक्य होते.

मला वाटले, आपलेच चुकले. धोंडू मोलकरणीनंतर शिवाजीचा किंवा नेपोलियनचा संदेश घ्यायचेच आपण निश्चित करायला हवे होते. आपण इसापचे नाव उगीच घेतले. तो बिचारा क्षणाचाही विलंब न लावता धावत आला. पण आजकालचे हे बिकट प्रश्न या लहान मुलांच्या कथालेखकाला कसे सुटणार? फार झाले तर वाघा-सिंहाच्या, कुत्र्या-मांजराच्या किंवा माकडा-बोकडाच्या दोन नव्या गोष्टी रचून तो आपल्याला सांगेल. पण आजच्या परिस्थितीला उपयोगी पडणारा नवा संदेश हा पुराणपुरुष आपल्याला कुठून देणार? तो संदेश स्टॅलिन, चर्चिल, रूझवेल्ट किंवा चँग कै शेक हेच देऊ शकतील.

पण माझ्यापुढे बिचारा गरीब इसाप उभा होता. काहीतरी बोलायचे म्हणून मी त्याला म्हणालो, "इसापकाका, तुझ्या गोष्टी पूर्वी मला फार मजेदार आणि बोधप्रद वाटल्या. पण आता-आताचे जग फार निराळे झाले आहे बाबा! या देशात कुठेही जा तू — अटलांटिक सनद, आठ ऑगस्ट, पिवळे संकट, काळा-बाजार, क्रिप्स योजना आणि बंगालमध्ये भुकेने मरणारी लाखो माणसे याशिवाय दुसऱ्या गोष्टीच तुला ऐकू यायच्या नाहीत. तुझ्या एकाही गोष्टीत बॉम्बचा उल्लेख नाही. पण हल्ली अन्नापेक्षा तेच अधिक स्वस्त झालेत."

इसापने सोडलेला सुस्कारा मला ऐकू आला. तो काहीतरी बोलणार आहे असे मला वाटले. त्याचे ओठ क्षणभर हलले पण त्याच्या तोंडातून एक शब्दसुद्धा बाहेर पडला नाही. मी पुन्हा म्हणालो, "इसापकाका, माणसाच्या काय किंवा जगाच्या काय लहानपणीचे प्रश्न लहानच असतात. इसापनीती वाचून ते सोडविता येतात. पण जग आणि मनुष्य ही मोठी झाली की, त्यांच्या आयुष्यात जी कोडी उत्पन्न

होतात ती धर्मांचे आणि तत्त्वज्ञानाचे ग्रंथ वाचूनसुद्धा उलगडता येत नाहीत. काय सांगू तुला काका? चाळीस कोटींचा हा आमचा देश! एखाद्या महासागराप्रमाणे त्याची गंभीर गर्जना आज जगाला ऐकू यायला हवी होती. पण आज कोट्यवधी बेड्यांचा आवाज तेवढा आमच्या देशात घुमत आहे. दुपारी अतिथीची वाट पाहून त्याला पंक्तीला घेतल्याशिवाय भोजन करायचे नाही अशी आमच्या संस्कृतीची उदार परंपरा! पण आज भीक मागून आणलेल्या उष्ट्या अन्नातले चार घास उपाशी बायकोला द्यायला नवरा तयार नाही, अशी दृश्ये या दुर्दैवी देशात दररोज दिसू लागली आहेत. एका रोगातून दुसरा मोठा रोग उत्पन्न व्हावा त्याप्रमाणे एका महायुद्धातून दुसरं महायुद्ध सुरू होत आहे. प्रत्येक वेळेला हे जगातलं शेवटचं युद्ध आहे, हे लोकयुद्ध आहे असा—''

''लोकयुद्ध?'' इसापने मधेच प्रश्न केला.

लोकयुद्ध म्हणजे काय हे त्या पुराणपुरुषाला माहीत असणे मुळीच शक्य नाही, असे मनात येऊन मी लोकयुद्धाचे काही अंक त्याला वाचायला देणार इतक्यात इसाप म्हणाला, ''लोकयुद्ध हा मोठा विचित्र समास आहे. तो मध्यमपदलोपी असून त्याचा विग्रह—''

मी हात जोडून म्हणालो, ''इसापकाका, व्याकरण आणि शुद्धलेखन यांच्यावर सध्या बहिष्कार टाकलाय आम्ही मराठी साहित्यिकांनी. तुला काय सांगायचं असेल ते गोष्टीच्या रूपानंच सांग तू मला.''

''या लोकयुद्धवाल्यांना म्हणावं सिंह आणि दुसरे पशू ही माझी गोष्ट आधी वाचा नि मग—''

* * *

मी ती गोष्ट आठवू लागलो. त्या गोष्टीत एक म्हातारा सिंह होता. त्याने तीन बड्या पशूंबरोबर - त्यात त्याचा शत्रू असलेले एक अस्वल होते हेसुद्धा मला आठवले - एक करार केला. त्या करारात मुख्य कलमे दोन होती. पहिले सिंहासकट सर्व पशूंनी एकविचाराने वागायचे आणि दुसरे जी काही शिकार मिळेल ती सर्वांनी सारखी वाटून घ्यायची. शिकारीच्या कामाला सुरुवात झाली. म्हातारा सिंह मागेमागेच राहू लागला. शेवटी एके दिवशी त्या सर्वांना एक हरिण मिळाले. ते मारले त्या तिघांनीच! पण ते मरून पडताच सिंहाने त्याचा कबजा घेतला आणि ताबडतोब शिकारीचे चार सारखे वाटे केले. हे पाहून त्याचे तिन्ही दोस्त खूश होऊन मनात म्हणू लागले, 'मित्र असावा तर असा. किती न्यायी आहे हा सिंह! आपल्या स्वत:च्या वाट्याला थोडंसुद्धा अधिक मांस घेतलं नाही यानं!'

एक एक वाटा उचलून तो द्यायला सिंहाने सुरुवात केली. तो आपला भाग आधी देणार या कल्पनेने त्या तिघाही दोस्तांच्या तोंडाला पाणी सुटले. पण सिंहाने

पहिला वाटा आपल्यापुढे ओढला आणि तो म्हणाला, 'मित्रहो, मी या अरण्याचा राजा आहे हे तुम्हांला ठाऊकच आहे. घरावाचून गृहस्थ नाही आणि करावाचून राजा नाही. तेव्हा तुम्ही मला द्यायचा कर म्हणून मी हा पहिला वाटा मोठ्या आनंदाने घेतो.'

लगेच दुसऱ्या वाट्यावर झडप घालून तो म्हणाला, 'माझ्या पराक्रमाचा मोबदला म्हणून या वाट्यावर माझा हक्कच आहे. हे हरीण तुम्ही मारलं असलंत तरी मला पाहून ते भ्यालं नसतं तर ते तुमच्या हाताला लागलंच नसतं. सेनापती कधी प्रत्यक्ष लढाई करीत नाही. पण नेहमी जय होतो तो त्याचाच. तसंच आहे हे.'

दोन वाटे सिंहानेच गडप केलेले पाहून त्याचे तिघे दोस्त कावरेबावरे झाले. उरलेले दोन वाटे तिघांत वाटायचे म्हणजे कुणातरी एकावर उपाशी राहायची पाळी येणार हे उघड होते. तो एक आपण होऊ नये अशी प्रत्येक जण मनातल्या मनात देवाची प्रार्थना करीत होता. इतक्यात सिंह म्हणाला, 'मी तुमचा राजा, तुम्ही माझी प्रजा. तुमच्या कल्याणासाठीच माझा अवतार आहे. सर्व धर्मांत राजनिष्ठा हाच श्रेष्ठ धर्म आहे हे तुमच्यासारख्या विद्वानांना काही वर्णन करून सांगायला नको. त्या निष्ठेला जागून हा तिसरा वाटा भक्तिपूर्वक तुम्ही मला द्याल अशी माझी खात्री आहे. आजपर्यंत अनेक राजनिष्ठ लोकांनी आपल्या प्रभूकरता पोटच्या गोळ्यांचे बळीसुद्धा दिलेले आहेत. त्या मानाने पोटचा घास देणं हे—'

तिसरा वाटा पंजाने उचलून आपल्यापुढे घेत सिंह पुढे म्हणाला, 'तुमच्या या राजनिष्ठेचा येत्या पदवीदानसमारंभाच्या वेळी अवश्य विचार केला जाईल.'

शिकारीतला अवघा एकच वाटा उरलेला पाहून सिंहाचे ते तिन्ही दोस्त गडबडून गेले. काय करावे ते त्यांना सुचेना. इतक्यात सिंह म्हणाला, 'आता हा शेवटचा भाग! मित्रहो, तुम्हांला ठाऊकच आहे की, सध्याचा काळ फार आणीबाणीचा आहे. आपल्या या अरण्यावर कोण केव्हा स्वारी करील याचा नेम नाही. आपल्या सैन्याकरता आपल्यापाशी बिलकूल अन्नसामग्री नाही. पुढे येणारी अडचण आधी ओळखून तिची सोय जो अगोदर करून ठेवतो, तोच खरा राजा! म्हणून मी हा वाटा सैन्याच्या उपयोगाकरता राखून ठेवीत आहे.'

* * *

गोष्ट आठवता आठवता मी तिच्यात इतका रंगून गेलो की, इसाप आपल्याजवळ उभा आहे याची शुद्धता राहिली नाही मला!

सिंहाने चौथा वाटा उचलल्यावरही गोष्टीतले अस्वल गप्प बसले की काय हे मला आठवेना. ते इसापला विचारावे म्हणून मी आजूबाजूला पाहिले. पण स्वारी केव्हाच बेपत्ता झाली होती. माझ्याप्रमाणेच लहानपणचा एक दिवस देवापाशी परत मागणाऱ्या दुसऱ्या कुणीतरी प्रौढ मनुष्याने त्याची आठवण केली असावी आणि

इसाप माझ्या खुर्चीजवळ असता तरी माझ्या प्रश्नाचे उत्तर देणे त्याला अशक्यच होते म्हणा कारण —

मी लगेच आरामखुर्चीतून उठून इसापनीती उघडून पाहिली. तिच्यात सिंहाने तीन पशूंना व्यवस्थित बनवून सबंध हरीण गिळंकृत केल्याची ही गोष्ट आहे. पण या गोष्टीतले ते तीन पशू कोण हे सांगायचे मात्र इसाप अजिबात विसरला आहे. त्या तिघांत एक अस्वल होते असे मला वाटले. का बरे वाटावे तसे?

अरे हो, बरोबर आहे. संध्याकाळी फिरून परत येताना कोपऱ्यावर एक दरवेशी एका अस्वलाचे खेळ करीत होता. आपण क्षणभर तिथे थांबलोसुद्धा होतो. एक पैसासुद्धा टाकला होता की त्या अस्वलापुढे आपण! त्यामुळेच या गोष्टीत एक अस्वल आहे असा भास झाला आपल्याला!

❖

गंबुशियाचा विजय होवो!

एखादी सभा संपल्यावर स्वाक्षरीकरिता मुले-मुली भोवताली जमल्या, म्हणजे मी अगदी भांबावून जातो. नुसत्या सह्या ठोकायचेच काम असले, तर ते कंटाळत का होईना, कसेबसे संपविता येते. पण प्रत्येक विद्यार्थी आणि विद्यार्थिनी संदेशाचा हट्ट धरून बसली, म्हणजे आपल्या बुद्धीचे दिवाळे वाजल्याचे जाहीर करून एका क्षणात या कटकटीतून मोकळे व्हावे, असे वाटू लागते. संदेश हा माणसाच्या चेहऱ्यासारखा असतो. अनेकदा एका क्षणात मनुष्याच्या अंतरंगाची त्याच्यावरून पारख होऊ शकते. आता आपण फार सज्जन आणि बुध्दिवान आहो, हे सिद्ध करणारा संदेश - आणि तोही प्रत्येक व्यक्तीला नवा नवा असा - माणसाने द्यायचा कुठून? अशा वेळी पुस्तु भाषा आपल्याला येत असती, तर आपण या संकटातून सहीसलामत बचावलो असतो, असा विचारसुद्धा मनात आल्यावाचून राहत नाही.

या आपत्तीतून पार पडायला पुस्तुशिवाय आणखी एक पळवाट आहे. ती म्हणजे वाचणारा प्रत्येक मनुष्य चकित होऊन जाईल, असा एखादा विलक्षण संदेश सर्वांच्या वह्यांत भराभर लिहीत सुटणे. परवा मी पाच-पन्नास मुलांवर हाच प्रयोग केला. प्रत्येकाच्या वहीत मी लिहीत होतो, 'गंबुशियाचा विजय होवो!' बिचारी मुले आपापल्या वह्या उचलून हा संदेश वाचीत आणि काही शंका विचारावी, तर आपले भूगोलाचे अज्ञान प्रकट होईल, अशा भीतीने मुकाट्याने निघून जात.

'गंबुशियाचा विजय होवो' हा माझा त्या दिवशीचा संदेश वाचून गंबुशिया हा रशियाचा कुणीतरी धाकटा भाऊ असावा, चालू महायुद्धात या छोट्या देशाने लोकशाहीच्या बाजूने उडी टाकली असावी आणि फक्त मुत्सद्यांच्या भाषणांत व भोळ्या-भाबड्या लोकांच्या स्वप्नांत जे नवे जग वारंवार दिसू लागले आहे, ते रंगविण्याला लागणारा रंग आपल्या रक्तातून या राष्ट्राने भरपूर दिला असावा, असेच कुणालाही वाटेल. असा काहीतरी घोटाळा होऊ नये, म्हणून आरंभीच हे सांगणे बरे की, गंबुशिया हा पृथ्वीच्या पाठीवरला देश नाही, ती एक माशांची जात आहे — ज्यांचा जगाने अवश्य जयजयकार केला पाहिजे, असे मासे आहेत ते!

समुद्रकाठी आयुष्यातली अठरा वर्षे काढूनही मला या माशाचे नावसुद्धा परवापर्यंत ठाऊक नव्हते. जगात ज्ञानापेक्षा अज्ञान आणि सद्‌बुद्धीपेक्षा दुर्बुद्धीच

अधिक असते, असे कुणीतरी म्हटले आहे. अशा वेळी ते अगदी खरे वाटू लागते. फुलपाखरांपासून रानडुकरांपर्यंतच्या निरनिराळ्या आकारांचे आणि स्वरूपांचे मासे पाहिलेल्या माझ्यासारख्या मनुष्याने 'गंबुशिया' हे नावसुद्धा ऐकलेले असू नये, हे किती विचित्र दिसते. पण जगात बहुधा विचित्र गोष्टीच सत्य असतात.

परवासुद्धा गंबुशियाचा आणि माझा पहिला परिचय झाला, तो अगदी योगायोगाने! गोऱ्या लोकांप्रमाणे मलेरियाचाही जगातल्या सर्व देशांत प्रसार झाला असला, तरी आपल्या या भरतभूमीवर अलीकडे त्याची अधिक कृपा झाली आहे. राजे आणि ग्रह यांच्याप्रमाणे रोग्यांच्याही कृपादृष्टीत स्थानपरत्वे फरक पडतो. मलेरिया महाराजांची मेहेरनजर असलेले हिंदुस्थानातले प्रांत म्हणजे बंगाल व कोकण! कोकणातले सावंतवाडी संस्थान हे पूर्वी रंगीत लाकडी खेळण्यांबद्दल जेवढे प्रसिद्ध होते, तेवढेच आज ते मलेरियाबद्दल प्रख्यात आहे. पितृभूमीचा हा प्रसाद मी भरपूर चाखला असल्यामुळे वर्तमानपत्रे वाचताना कुठेही मलेरियावर एखादे नवे औषध दिसले की, पूर्वकाळच्या पाणिनीला सूत्रात एक मात्रा कमी झाल्यामुळे जो आनंद झाला असेल किंवा आजकालच्या दिग्दर्शकाला चित्रपटात एक नाच अधिक घुसडायला मिळाल्यामुळे जे समाधान वाटत असेल, त्याचा अनुभव मीही घेऊ शकतो. यामुळेच परवा 'मलेरियाविरुद्ध माशांचा उपयोग' हे शब्द वर्तमानपत्रात वाचताच जनरल आयसेनहोर वगैरे मंडळींना युद्धाच्या धुमश्चक्रीत सोडून देऊन मी हा महत्त्वाचा मजकूर मोठ्या उत्कंठेने वाचू लागलो.

मलेरियाविरुद्ध माशाचा उपयोग या मथळ्यावरच मी प्रथमदर्शनी अगदी बेहद्द खूश झालो. माझ्या मनात आले, माश्या नेहमीच आपल्याला त्रास देतात. मलेरियाविरुद्ध त्यांचा उपयोग होत असेल तर फार मजा होईल. जर्मनी आणि रशिया यांच्या टकरीत इंग्लंडचा जसा फायदा झाला, त्याप्रमाणे मलेरियाचे जंतू आणि महामारीसारखे रोग निर्माण करणाऱ्या माश्या यांची परस्पर लढाई सुरू होईल, तर हिंदुस्थानातल्या हजारो खेड्यापाड्यांतल्या दरिद्री नि अडाणी माणसांचे आयुष्य कितीतरी सुखावह होईल. एरवी हरतऱ्हांचे रोग पसरविणाऱ्या माश्या मलेरियाच्या शत्रुपक्षात का सामील व्हाव्यात, याविषयी माझ्या मनात शंका आली नाही, असे नाही. पण साम्राज्यशाहीचे कट्टे कैवारी जसे नाझीशाहीविरुद्ध हत्यार उपसतात किंवा बडेबडे लेखक आज एखाद्या चित्रपट-निर्मात्याची पैजारांनी पूजा करून उद्या त्यांच्यावर पुष्पवृष्टी करायला जसे तयार होतात, तसेच हे निसर्गातले काही राजकारण असावे, अशी मी माझ्या मनाची समजूत करून घेतली. पण मथळ्याखालचा मजकूर वाचताच या माझ्या शंकेचे क्षणार्धात निरसन झाले. 'गंबुशिया' हे पाण्यातले मासे आहेत, हा प्रकाश माझ्या डोक्यात पडला. आपल्या वैमानिक हल्ल्यांनी माणसांना छळणाऱ्या माशांशी त्यांचे दूरचेसुद्धा काही नाते लागण्याजोगे नव्हते.

हे 'गंबुशिया' मूळचे दिल्लीचे. तिथून त्यांना मुंबईला आणण्यात आले. नव्वद ओव्हरसियर्स व दोनशे कामगार नेमून मुंबईच्या म्युनिसिपालिटीने मलेरियाच्या जंतूंचा नि:पात करण्याचे काम 'गंबुशिया'च्या मदतीने सुरू केले. हे मासे मलेरियाचे व बिन मलेरियाचे असे दोन्ही प्रकारचे जंतू खातात. मध्यम आकाराचा एक मासा रोज सुमारे एकशेपासष्ट जंतू खातो म्हणे. अर्थात स्वभावत: धडधाकट प्रकृतीचे असलेले, नियमित व्यायाम घेणारे किंवा विनोदी स्वभावामुळे लठ्ठ झालेले असे जे गंबुशिया असतील ते दररोज मलेरियाच्या तीन-तीनशे जंतूंचासुद्धा फन्ना उडवीत असतील याबद्दल शंका बाळगण्याचे मला मुळीच कारण नव्हते. 'गंबुशिया'चे हे कर्तृत्व लक्षात घेऊन या माशांची पैदास वाढविण्याचे मुंबईच्या म्युनिसिपालिटीने ठरविले आहे हे वाचून मला आनंद झाला. लहान लहान 'गंबुशिया' सुरक्षित राहावेत म्हणून म्युनिसिपालिटीने एक दगडी हौद बांधून त्यात त्यांना ठेवणार आहे हे कळताच हा दगडी हौद पाहायला जाण्याचा बेतसुद्धा मी मनात निश्चित करून टाकला.

मुंबईत वाढविल्या जाणाऱ्या या गंबुशियांचा हिंदुस्थानातल्या हजारो खेड्यापाड्यांना हैराण करणाऱ्या मलेरियाविरुद्ध मोहीम करण्याच्या बाबतीत कसा व किती उपयोग होणार हा बिकट प्रश्न माझ्या डोळ्यांपुढे उभा राहिला नाही असे नाही. पण त्या प्रश्नापेक्षाही या बातमीतून मिळालेली महत्त्वाची अशी एक गोष्ट मला पुन्हा पुन्हा आनंदित करीत होती. ती म्हणजे मलेरियाच्या जंतूचा नाश करणारा प्राणी निसर्गाने स्वत:च निर्माण करून ठेवला आहे हे नवे ज्ञान!

ते ज्ञान पुन्हा पुन्हा माझ्या कानांत गुणगुणत होते, गंबुशियांची पैदास करणे कठीण असेल; खेड्यापाड्यांतून या माशांचा व्यवस्थित प्रसार होऊन मलेरियाचे संपूर्ण निर्मूलन व्हायला खूप कालावधी लागेल. पण त्यांच्या अस्तित्वामुळे जगातल्या सर्व सज्जनांना, निरनिराळ्या क्षेत्रांत अन्यायाविरुद्ध झगडत राहणाऱ्यांना आणि सत्तेशी किंवा संपत्तीशी टक्कर देता देता डोके रक्तबंबाळ झाल्यामुळे धीर सुटलेल्या सर्व वीरांना नवीन स्फूर्ती मिळायला काय हरकत आहे? आजच्या जगात मलेरियाच्या जंतूंप्रमाणे दुर्जनांचा, देशद्रोह्यांचा आणि मानवतेच्या हाडामासाने आपले महाल बांधून त्यांच्यात तिच्या रक्ताची मदिरा पीत पीत शांतिपाठ घोकणाऱ्यांचा सुळसुळाट झाला आहे हे खरे. पण मलेरियाच्या जंतूंना खाणारे मासे जसे निसर्गाने उत्पन्न केले आहेत, त्याप्रमाणे जगातल्या पाशवी शक्तीशी झगडणाऱ्या शूर सज्जनांनाही निर्माण करायला तो विसरला नाही. ही सत्प्रवृत्तीची माणसे आज निरनिराळ्या देशांत विखुरलेली असतील, एकट्याने केलेल्या झगड्यांत अपेश आल्यामुळे त्यांच्या मनावर मधूनमधून निराशेची छाया पसरत असेल. त्यांच्यापैकी अगणित लहानलहान व्यक्तींना सुरक्षितपणे मोठे होऊन जग सुधारण्याचे आपले

काम करण्याइतकी संधी सहसा मिळत नसेल. मुंबईच्या म्युनिसिपालिटीने गंबुशिया जातीचे लहानलहान मासे वाढविण्यासाठी जसा एक दगडी हौद बांधायचे ठरविले आहे, त्याप्रमाणे त्यांनाही आपली एक वज्रासारखी अभेद्य संघटना बनवावी लागेल. पण ही सर्व वैगुण्ये दूर होतील तेव्हा त्यांचाच या जगात विजय होईल यात शंका नाही. तात्पुरत्या पराभवाच्या काळात आणि निराश मन:स्थितीत एक वाक्य या शूर सज्जनांनी नेहमी लक्षात ठेवले पाहिजे — 'एक गंबुशिया दररोज एकशेपासष्ट मलेरियाचे जंतू खातो.'

काळे आणि गोरे

कित्येकांना संध्याकाळी उशिरा चहा घेतला की रात्रभर झोप येत नाही. मला असला काही त्रास सहसा होत नाही. कदाचित चहा हा माझा पूर्वजन्मीचा मित्रही असू शकेल. मात्र केव्हा केव्हा मलाही झोप येत नाही हे खरे! माझ्या या निद्रानाशाची कारणे फक्त दोनच असतात — ढेकणांनी सुरू केलेली गनिमीकाव्याची लढाई किंवा मनासारखे न जमणारे एखादे कथानक!

ही दोन्ही कारणे नसताना परवा मध्यरात्री माझ्या डोळ्यांवरली झोप एकाएकी उडून गेली तेव्हा मी आश्चर्यचकित झालो. चांदण्या रात्री फटफटीत उजाडले अशा समजुतीने अवेळीच कावळे कावकाव करू लागतात, तशी आपली फसगत झाली असावी असा मी तर्क केला. लगेच माझ्या मनात आले, समोरच्या चाळीतल्या कुणातरी विद्यार्थ्याच्या घड्याळाचा हा पुण्यप्रभाव असावा. डोळे अगदी पेंगळू लागल्यावर या महात्म्याने गजर लावला असावा. त्यामुळे किल्ली दिल्यावर गजराचा बारावरला काटा पाचावर नेऊन ठेवण्याची शुद्ध काही त्याला राहिली नसेल. साऱ्या आळीने नुकसानभरपाईची फिर्याद करायला हवी त्याच्यावर.

पुन्हा पाच मिनिटांत आपल्याला झोप लागेल अशा कल्पनेने मी डोळे मिटून पडलो. पण झोप ही स्वातंत्र्यासारखी आहे. ती गमावणे फार सोपे पण परत मिळविणे तितकेच कठीण!

मी अस्वस्थपणाने तळमळू लागलो. पंचवीसदा या कुशीवरून त्या कुशीवर झालो; शेवटी कुणाच्या तरी जोरजोराच्या बोलण्याने आपल्या झोपेला अडथळा येत आहे अशी माझी खात्री झाली. मी कान देऊन ऐकू लागलो. आमच्या पलीकडेच राहणाऱ्या तरुण जोडप्याचा प्रेमकलह रात्रीच्या शांत वेळी आपणाला अधिक स्पष्टपणाने ऐकू येत असावा अशी मला शंका आली. दुसऱ्याचे पत्र चोरून वाचू नये आणि कुणाचेही बोलणे चोरून ऐकू नये वगैरे नीतिनियम मी लहानपणी अगदी तोंडपाठ केले होते. पण —

केवळ पाठांतराने जगात सदाचार निर्माण होत असता तर पृथ्वीवर स्वर्ग केव्हाच अवतरला असता.

मी कानात प्राण गोळा करून ऐकू लागलो. छे! ते नवराबायकोचे गोड गोड भांडण नव्हते. अशा भांडणात फार फार तर ठिणग्या उडतात. पण मला जो गोंधळ

ऐकू येत होता त्यावरून कुठेतरी भयंकर आग लागल्याचा भास होत होता.

* * *

मी पुन्हा डोळे मिटून घेतले. पण आता तो गोंधळ आणि गलबला शतपटींनी वाढला होता. माझ्या डोक्यात घणाचे घाव बसू लागले. भर मध्यरात्री आपल्या अगदी जवळपास एवढा मोठा कसला दंगा चालला आहे हे मला कळेना. इतक्यात कुणाचे तरी शब्द मला ऐकू आले, 'मित्रहो, असे भांडू नका. आपण सध्या लोकशाहीच्या युगात आहोत. या युगात एखाद्याचा गळा कापायचा असला तरी तोसुद्धा कायद्याच्या कलमानं किंवा सभेच्या नियमानंच कापावा लागतो. तलवारढालींचा काळ आता मागे पडला आहे. शब्द आणि कायदा यांचा हा काळ आहे. हे लक्षात घेऊन मघापासून आकांडतांडव करीत सुटलेल्या सर्व काळ्यागोऱ्या बंधूंना मी अशी नम्र विनंती करतो की, यापुढे आपलं काम आपण पार्लमेंटरी पद्धतीने चालवू या. कुंकवावाचून जशी सवाष्ण नाही, लुटीवाचून जसं साम्राज्य नाही, थापांवाचून जसं राजकारण नाही तशी सभापतीवाचून सभा नाही. या सभेचा अध्यक्ष होण्याला या असंख्य केसांत फक्त मीच लायक आहे, हे मुद्दाम सिद्ध करण्याची आवश्यकताच नाही. अध्यक्ष होण्याला विद्वत्तेपेक्षा श्रीमंतीचीच अधिक जरूर लागते. आता या मनुष्याच्या डोक्यावरल्या हजारो केसांत माझ्याइतका लांबलचक आणि जाडजूड असा दुसरा एक तरी केस आहे का? तसा केस दाखवा. मी लगेच अध्यक्षपदावरला माझा हक्क सोडून देईन. अध्यक्ष व्हायला यापेक्षाही जो मोठा गुण लागतो त्यात तर तुमच्यापैकी एकही केस माझा हात धरू शकणार नाही. अध्यक्ष हे लोकशाहीच्या व्याकरणातलं उभयान्वयी अव्यय आहे असं कुणीतरी म्हटलं आहे. अगदी बरोबर आहे ते. 'मी तुमचा आहे' असे एका तोंडानं लोकांना सांगत असताना दुसऱ्या तोंडानं जो सरकारपक्षाशी चुंबाचुंबी करतो तोच सभ्य गृहस्थ या जगात दीर्घकाल अध्यक्ष होऊ शकतो. मीही असाच सर्वश्रेष्ठ सभ्य गृहस्थ आहे. म्हणाल तर मी काळा आहे, म्हणाल तर मी गोरा आहे. तेव्हा —

टाळ्यांचा मोठा कडकडाट झाला. तो थांबताच मघाचा तो करडा केस पुन्हा बोलू लागला, 'आता माझी सर्व काळ्या आणि पांढऱ्या केशबांधवांना एक अत्यंत नम्र विनंती आहे. प्रत्येक पक्षाच्या सर्व माणसांनी आज बोलायचे ठरविले तर आपल्यापुढे असलेल्या वादग्रस्त प्रश्नांचा निकाल कधीच लागणार नाही. तेव्हा काळ्या केसांनी आपला एक पुढारी निवडावा. पांढऱ्या केसांनीही तसेच करावे. या दोन लोकप्रिय पुढाऱ्यांनी आपापल्या पक्षाची बाजू पुढे मांडावी, म्हणजे सत्य कोणत्या बाजूला आहे हे आपोआप दिसून येईल. मित्रहो, आज जगात लोकशाहीवर पूर्वीप्रमाणे लोकांचा विश्वास राहिलेला नाही. सत्ताधाऱ्यांचा आणि संपत्तिवाल्यांचा स्वार्थ नागडाउघडा दिसू नये म्हणून त्यांच्या अंगावर घातलेले एक पोकळ शब्दांचे

सुंदर पांघरूण अशी लोकशाहीविषयी अनेकांची समजूत होत चालली आहे. ती आपल्या या सभेने नाहीशी होईल अशी आशा करून आणि पहिल्यांदा काळ्या केसांच्या पुढाऱ्याचे भाषण होईल असे सुचवून मी खाली बसतो.'

क्षणभर गंभीर शांतता पसरली.

लगेच टाळ्यांचा कडकडाट झाला. पण तो मघाइतका मोठा नव्हता. फक्त काळ्या केसांनीच आपला पुढारी बोलायला उठल्याबरोबर टाळ्या वाजविल्या असाव्यात असा मी तर्क केला.

खणखणीत आवाजात त्या पुढाऱ्याने आपले भाषण सुरू केले, 'अध्यक्षमहाराज आणि बंधुभगिनींनो, ज्या माणसाच्या डोक्यावर आपण नांदत आहोत त्याची ही झोपेची वेळ आहे. लांबलचक भाषणे सुरू झाली, तर त्या बिचाऱ्याची झोपमोड होईल. तेव्हा मी माझे म्हणणे अगदी थोडक्यात सभेपुढे मांडतो. थोड्या वर्षांपूर्वी या मस्तकाच्या पृष्ठभागावरल्या प्रदेशात आम्ही काळे केस एकजुटीने आणि मोठ्या आनंदाने राहत होतो. या डोक्याच्या मालकाचे आमच्यावर केवढे प्रेम होते तेव्हा! दिवसातून शंभर वेळा तो आम्हांला कुरवाळायचा, आमच्या अंगांना वारंवार सुवासिक तेले फासायचा, आरशापुढे उभा राहून आमची सुंदर छबी ती आम्हांला दाखवायचा. आमचेच राज्य होते त्या वेळी त्याच्या डोक्यावर.

पण एके दिवशी एक गोरेला केस आमच्या या राज्यात आला. हा पांढऱ्या पायाचा प्राणी आपल्यामध्ये नको असे अनेक काळे केस म्हणू लागले. आमच्या मालकालाही हा पांढऱ्या पायाचा पाहुणा म्हणून काही बरे वाटले नाही. एक कात्री घेऊन त्याने त्याला छाटून टाकण्याचा प्रयत्न केला. पण हा पांढरा असला तरी केस आहे, आपलाच एक बांधव आहे अशा उदात्त भावनेने काही काळ्या केसांनी स्वत:च्या शरीराच्या ढाली पुढे करून त्याचे त्या कात्रीपासून संरक्षण केले. पण या कृतघ्नताला या उपकाराची काडीभरसुद्धा किंमत वाटली नाही. आम्ही आमच्या मालकीच्या प्रदेशात पाहुणा म्हणून याला प्रथम राहू दिले. पण या गोऱ्या पाहुण्याने लवकरच आपला गोतावळा गोळा करायला सुरुवात केली. हळूहळू पांढऱ्या केसांची या मस्तक प्रदेशात भयंकर गर्दी होऊ लागली. आपल्याला ऐसपैस राहायला जागा मिळावी म्हणून किती काळ्या केसांचे या गोऱ्यांनी खून केले असतील याची गणतीसुद्धा करता येणार नाही. पाहुणा हा देवासारखा असतो असे आम्ही काळे मानीत आलो असल्यामुळे काही दिवस पांढऱ्या केसांचा हा जुलूम आम्ही मुकाट्याने सहन केला. पण एके दिवशी एक चित्रपट पाहून आमच्या डोक्यात लख्ख प्रकाश पडला. 'गोऱ्या मनुष्याची छाया' असे काहीतरी नाव होते त्या चित्रपटाचे. गोऱ्या माणसाची काळीकुट्ट छाया साऱ्या जगावर कशी पसरत चालली आहे, जिथं जिथं ही पांढऱ्या पायाची बया जाते तिथल्या तिथल्या लोकांच्या

आयुष्यात काळाकभिन्न काळोख कसा पसरतो आणि शेवटी त्यांच्या हातातल्या फुलांच्या बेड्या होऊन त्या त्यांच्याच पायात कशा पडतात हे सारे त्या चित्रपटात दाखविले होते. तो पाहताच आमचे डोळे उघडले. आज ना उद्या आमचीही अशीच गत होणार, अशी आमची खात्री होऊन चुकली. 'या माणसाचं मस्तक मूळचं आमचं आहे, या डोक्याचे खरेखुरे मालक आम्ही आहोत. तुम्हांला इथं राहण्याचा बिलकूल अधिकार नाही,' असे आम्ही सारे काळे केस या पांढऱ्यांना बजावून सांगू लागलो. पण चलेजाव या आमच्या घोषणेचा यांच्यावर केसभरसुद्धा परिणाम झाला नाही. उलट, आमच्यांतले काही लोक या पांढऱ्या केसांना फितूर झाल्यामुळे आम्हांलाच आजकाल यांच्यापुढे मान वाकवावी लागत आहे. 'परवशता पाश दैवें ज्याच्या गळां लागला, मातृभूमि ज्याची त्याला होत बंदिशाला' असे एक लोकप्रिय गाणे लहानपणी आम्ही ऐकले होते. ते आता घडीघडीला आम्हांला आठवते. त्या ओळींनी मन अगदी अस्वस्थ होऊन जाते. बंडखोर विचार त्याच्यात थैमान घालू लागतात - जन्मभूमी हाच ज्याचा तुरुंग होतो त्याने जगावे तरी कशाला? तो तुरुंग फोडता फोडता ज्यांना मरण येईल तेच भाग्यवान, तेच खरे जगले असेच जग म्हणेल. एक ना दोन असले हजार विचार आमच्या मनात येतात. आमच्या मनातल्या या ज्वालामुखीचा स्फोट होण्याच्या आधी या पांढऱ्या केसांनी मुकाट्याने आमच्या देशातून काढता-पाय घ्यावा असे आता आमचे निर्वाणीचे सांगणे आहे. जुलमाची आणि आक्रमणाची दृष्टी त्यांनी सोडली तर आम्ही नेहमीच मित्रभावाने त्यांच्याशी वागू, एवढे सांगून दुर्दैवी काळ्या केसांची ही छोटी कैफियत मी पुरी करतो.'

लगेच पांढऱ्या केसांचा प्रमुख उभा राहिला असावा. कारण टाळ्यांचा आवाज सुरू होतो न होतो तोच तो थांबला. तो पांढरा केस शांत स्वराने म्हणाला, 'मित्रहो, ही टाळ्या वाजविण्याची वेळ नाही. जगाची यापुढे सुधारणा होणार की, ते पुन्हा रानटी स्थितीत जाणार हे आजच्या आपल्या या सभेच्या निर्णयावर अवलंबून आहे. माझ्या सन्मान्य काळ्या बंधूंनी आम्हा सज्जन गोऱ्या लोकांवर नाही नाही ते आरोप केले आहेत. पण पांढरे केस हे काळ्या केसांप्रमाणे कुठल्याही आंधळ्या भावनेचे भक्त नसतात. आम्ही फक्त सत्याची आणि शास्त्रीय दृष्टीची पूजा करतो. म्हणून काळ्या केसांची एक अक्षरानेही निंदा न करता मी आमची बाजू थोडक्यात सभेपुढे मांडतो.

या झोपलेल्या माणसाच्या मस्तकाची मालकी आपल्याकडे आहे असे काळे केस म्हणतात. आम्ही त्यांच्या मागाहून इथे आलो ही गोष्ट मला नाकबूल नाही. पण दुधाचे दात पहिल्यांदा येतात आणि आयुष्यभर खायला उपयोगी पडणारे दात मागाहून येतात म्हणून काय दुसऱ्या दातांची किंमत कुणी कमी मानली आहे?

जगण्याच्या दृष्टीने तेच खरे मनुष्याचे दात! आम्ही पांढरी केसही तसेच आहो. आम्ही या मस्तकावर उशिरा प्रवेश केला हे खरे! पण आमच्यामुळेच हे मस्तक धारण करणाऱ्या मनुष्याला विद्वान ही पदवी प्राप्त झाली आहे. याच्या डोक्यावर नुसते काळे केस होते तेव्हा त्याच्या विद्वत्तेला कुणी कुत्रादेखील विचारीत नव्हता. पोरकट म्हणत होते सारे लोक याला.

असे असूनसुद्धा आम्हा गोऱ्यांनाच हे काळे कृतघ्न म्हणत आहेत. चोराच्या उलट्या म्हणतात त्या ह्या! आम्ही एकदम स्वारी करून हा मस्तकप्रदेश पादाक्रांत केला नसला, तरी आता त्याच्यावर आमचाच हक्क आहे असे मी बिनदिक्कतपणे म्हणतो. आमच्यापैकी जो पहिल्यांदा आला त्याला पाहुणा म्हणून त्या काळ्यांत मिसळून राहणे प्राप्तच होते. हे राजकारण आहे. ते या निर्बुद्ध काळ्या केसांना कधी कळायचे नाही. आम्ही संख्येने थोडे होतो तेव्हा कलप लावून घेऊन या काळ्यांत मिसळून जात होतो. अशा या कृत्याला आम्ही गोरे लोक मुत्सद्दीपणा म्हणतो. काळ्यांनी हा अप्रामाणिकपणा आहे म्हणून कितीही बोटे मोडली तरी जगात आजपर्यंत मुत्सद्दीपणाचाच विजय होत आला आहे आणि यापुढेही तो तसाच होत राहणार आहे.

या मनुष्याच्या मस्तकावरले आमचे आक्रमण हे साम्राज्यशाहीच्या बकासुरी भुकेचे लक्षण आहे असे काळे केस नेहमी म्हणतात. पण आम्ही हे आक्रमण परोपकाराकरता करीत आहोत हे त्यांच्या लक्षातच येत नाही. या मनुष्याच्या डोक्यावर जोपर्यंत नुसते काळे केस होते, तोपर्यंत नानाप्रकारचे शृंगारिक विचार त्याच्या डोक्यात येत असत, रस्त्याने जाणाऱ्या-येणाऱ्या बायकांकडे टक लावून पाहण्याचा मोह अनावर होत असे. पण आम्ही याच्या डोक्याचा निम्माशिम्मा कबजा घेतल्याबरोबर याच्या मनात धर्माचे आणि तत्त्वज्ञानाचे विचार येऊ लागले. ज्ञानेश्वर, रामदास, तुकाराम वगैरेंचे ग्रंथ वाचण्याची हल्ली याला जी इच्छा उत्पन्न झाली आहे तिचे श्रेय आम्हा गोऱ्यांनाच दिले पाहिजे. ज्या दिवशी याच्या डोक्यावर आमचे पूर्ण राज्य स्थापन होईल त्या दिवशी हा शंभर टक्के सद्‌गृहस्थ होईल आणि सुंदर तरुणीलासुद्धा आई म्हणून भर रस्त्यात साष्टांग नमस्कार घालील अशी आमची खात्री आहे.

या काळ्या केसांना या मस्तकावर पुन्हा आपले राज्य स्थापन करावेसे वाटते. पण आजच्या जगात आपली योग्यता काय आहे हे मात्र यांना बिलकूल कळत नाही. 'काळा-बाजार' आणि 'काळा-कायदा' हे सध्याचे दोन शब्दप्रयोगच काळ्यांची नालायकी सिद्ध करण्याला समर्थ आहेत. उलट, आम्हा गोऱ्यांची लोकप्रियता पाहा. काळ्या नवऱ्यालासुद्धा गोरी बायकोच नेहमी पसंत पडते. नुसते चलेजाव म्हटल्याने या जगात आपण मुत्सद्दीपणाने जिंकलेल्या देशांतून कुणी निघून जात

नाही हे कळण्याइतकी अक्कलसुद्धा या काळ्यांना नाही. म्हणून मी म्हणतो—'

* * *

वादळी वातावरणातले चित्रविचित्र स्वर मधेच उमटून रेडिओवरले भाषण ऐकू येईनासे व्हावे तसे झाले एकदम. मी डोळे उघडून पाहू लागलो. माझे मलाच हसू आले. मी डोक्यावरल्या माझ्या काळ्या-पांढऱ्या केसांवरून हात फिरवीत हळूहळू आठवण करू लागलो.

* * *

संध्याकाळीच अफ्रिकेतून गोरे लोक काळ्या लोकांची उचलबांगडी करण्याकरता जे अनेक क्रूर कायदे करीत आहेत त्याचे वर्णन मी वाचले होते, ते वाचून मी स्वत:शीच दु:खाने उद्गारलो होतो, 'काळे आणि गोरे ही दोन्ही माणसंच आहेत ना? दोघांचाही या जगावर सारखाच हक्क आहे. मग ही भांडणं हवीत कशाला? कातडीच्या रंगावर का माणसाची योग्यता अवलंबून आहे? सशक्तानं दुर्बलाच्या जीवावर जगणं हा जंगलांतला कायदा आहे. पण मनुष्य हा काही अरण्यात राहणारा हिंस्र पशू नाही. पशुत्वातून बाहेर पडण्याची धडपड करणारी, त्या धडपडीत थोडी का होईना यशस्वी झालेली, निसर्गाला सर्वस्वी शरण न जाता प्रसंगी त्याच्यावर विजय मिळवणारी एका दिव्य शक्तीची ठिणगी आहे ती! पाच हजार वर्षांपूर्वीच्या वाघाइतकाच आजचा वाघ क्रूर आहे. पण पाच हजार वर्षांपूर्वी काल्पनिक देवाला प्रसन्न करण्यासाठी पोटच्या गोळ्याला बळी देणारा मानव आज त्या देवाला घासभरसुद्धा नैवेद्य न दाखविता आपल्या पदरातले सर्व अन्न अनाथ मुलांच्या पोटांत जाईल अशी काळजी घेऊ लागला आहे. मग —

हे गोरे लोक स्वत:ला ख्रिश्चन मानतात. पण 'शेजाऱ्यावर प्रेम करा' ही ख्रिस्ताची आज्ञा पाळण्याची यांची पद्धत मात्र मोठी विचित्र आहे. यांना गोरेच शेजारी हवेत. काळे शेजारी दिसले की यांचे माथे भडकते. बिचारा ख्रिस्त! काही झाले तरी दोन हजार वर्षांपूर्वीचा अडाणी मनुष्य! भाषेची सूक्ष्मता कळायला तो पढिक पंडित किंवा बडा मुत्सद्दी थोडाच होता! एकच शब्द — पण तो आपल्या आज्ञेत घालायचे त्याला काही सुचले नाही. 'शेजाऱ्यावर प्रेम करा' असे म्हणण्याऐवजी 'गोऱ्या शेजाऱ्यावर प्रेम करा' असे ख्रिस्ताने सांगितले असते तर अधिक बरे झाले नसते का?

❖

बुद्धीचा बाजार

बागेतल्या गुलाबावर नवी कळी दिसू लागली म्हणजे लहान बालकाला किंवा आकाशात एखादा नवा तारा उगवला म्हणजे ज्योती - शास्त्रज्ञाला जो आनंद होतो, तोच एखाद्या नव्या यंत्राचा शोध लागल्याची बातमी वाचली की मला होतो. यंत्राविषयीचे माझे हे प्रेम अनेकांना अंधळे वाटण्याचा संभव आहे. पण ज्यातून यंत्राची संपूर्ण हकालपट्टी झाली आहे, अशा जगाचे चित्र ज्या ज्या वेळी माझ्या डोळ्यांपुढे उभे राहते, त्या त्या वेळी रेताड वाळवंटाची मला आठवण होते. त्या वाळवंटात फुलबागा निर्माण करण्याचे सामर्थ्य फक्त यंत्रांतच आहे असे मला वाटते. पृथ्वीला स्वर्गाचे स्वरूप आणण्याची मानवाची सदिच्छा कधीकाळी सफळ व्हायची असेल तर त्याने आपल्या दोन मित्रांना कधीही अंतर देता कामा नये असे मला वाटते. हे दोन मित्र म्हणजे आत्मा आणि यंत्र.

आज सकाळी वर्तमानपत्रे वाचताना 'एक नवे यंत्र' या शब्दावर माझी दृष्टी मोठ्या कौतुकाने खिळून राहिली, याचे कारण आता निराळे कशाला सांगायला हवे? अधाशीपणाने मी तो मजकूर वाचू लागलो. भरतीच्या लाटा जशा क्षणाक्षणाला अधिक जोराने उचंबळून येतात, त्याप्रमाणे माझा आनंद वाढू लागला. हे एक नुसते नवे यंत्र नव्हते. ज्याची उणीव आज कितीतरी वर्षे अत्यंत तीव्रतेने मला भासत होती असे यंत्र होते ते! डॉ. हडसन होगलंड आणि डॉ. ग्रेगरी पिंक्स या दोन डॉक्टरांनी ते शोधून काढले होते. त्यांची तोंडओळखसुद्धा नसून - या बातमीबरोबर त्यांचे फोटो छापले नव्हते - त्या दोघांना कृतज्ञतेने आपले पुढचे एक पुस्तक अर्पण करायचे असे मनात ठरवून मी ती बातमी पुन्हा वाचू लागलो.

मानवी बुद्धी किती सूक्ष्म आणि विशाल आहे. मनुष्याला आलेल्या थकव्याचे मापन करणारे अद्‌भुत यंत्रदेखील तिने शोधून काढले. मला वाटले, हे यंत्र जितक्या लवकर हिंदुस्थानात येईल तितके बरे होईल. थर्मामीटरप्रमाणे ती एक काचेची छोटी नळी असली तर देवच पावला म्हणायचा. प्रवासातसुद्धा आपल्याला हे यंत्र बरोबर बाळगता येईल. आणि मग परवा जसा आपला छळ झाला तसा पुन्हा कुठेही होऊ लागला तर आपल्याला तो तत्काळ थांबविता येईल.

त्या दिवशी मोठ्या मुश्किलीने साडेतीनला पुण्याच्या स्टेशनावर पोहोचून मी मुंबईची एक्स्प्रेस गाठली होती. माझ्या अंगातून घामाच्या धारा निथळत होत्या.

हमालाने गडबडीत सामान खालीच ठेवल्यामुळे पाय आखडून घेऊन बसण्याशिवाय दुसरी गतीच नव्हती मला! शेजारच्या जागेवर बसलेल्या गुजराथी भाईंच्या शरीरसंपत्तीचे एरवी मी कौतुक केले असते. पण नकळत माझी निम्मी जागा त्यांनी व्यापली असल्यामुळे भांडवलवाले गरिबांची पिळवणूक कशी करतात याचा नवा मासला मला चाखायला मिळत होता. त्याने तोंडाला आलेला कडवटपणा घालविण्याकरता मी खिडकीतून बाहेर पाहत होतो. इतक्यात एक गृहस्थ माझ्यापुढे येऊन उभे राहिले.

'तुम्ही खांडेकरच ना?' या त्यांच्या प्रश्नाला 'छे!' असे उत्तर माझ्या मनात आले होते. पण अशा प्रश्नांनी मनुष्याचा अहंकार जागृत होत असल्यामुळे असो किंवा खोटे बोलण्याचा इथे काही उपयोग होणार नाही असे वाटत असल्यामुळे असो, माणसाच्या मनातले उत्तर त्याच्या जिभेवरून सहसा पुढे येत नाही.

मी खांडेकर आहे. एवढा कबुलीजबाब माझ्या तोंडातून बाहेर पडताच त्या गृहस्थाने माझ्यावर जी प्रश्नांची सरबत्ती सुरू केली, उडते बॉम्ब टाकणाऱ्या विमानांच्या कारखान्यातूनच ब्रह्मदेवाने त्याची जीभ तयार करून घेतली असावी अशी माझी खात्री झाली. सकाळपासून काम करून आलेल्या थकव्यामुळे मला अगदी गप्प बसून राहावेसे वाटत होते. पण या गृहस्थाच्या तोफखान्यातून एकामागून एक प्रश्न माझ्या कानांवर येऊन आदळत होते. धर्मराजाला कुंठित करण्याकरता असंख्य प्रश्न विचारणारा महाभारतातला यक्ष त्या दिवशी आमच्या गाडीत असता तर त्याने या स्वारीला लगेच साष्टांग नमस्कार घातला असता, याबद्दल मला मुळीच शंका वाटत नाही.

हे थकवा मापण्याचे यंत्र जर त्या वेळी माझ्यापाशी असते तर माझा प्रवास पुष्कळच सुखाचा झाला असता. ते यंत्र चटकन खिशातून काढून आणि स्वत:ला लावून मी ते मुकाट्याने त्या जिभली बहाद्दरांच्यापुढे धरले असते आणि मग —

ही आठवण होऊन वर्तमानपत्रातल्या त्या बातमीकडे कृतज्ञतेने पाहत मी एक समाधानाचा सुस्कारा सोडला. कैदेची मुदत संपत आली म्हणजे कैद्याला जसा आनंद होतो तसे आता मला वाटू लागले. मी मनात म्हणालो, युद्ध संपल्याबरोबर ही यंत्रे आपल्याकडे येऊ लागतील. हिंदुस्थानात येणाऱ्या असल्या पहिल्या यंत्राची ऑर्डर आपण आजच्या आज नोंदू या. म्हणजे व्याख्यानाकरता दारात धरणे धरून बसलेल्या हरतऱ्हेच्या उत्सवचालकांपासून तोंडची वाफ दवडण्याकरता आलेल्या रिकामटेकड्या विद्वानापर्यंत अनेक माणसांच्या चक्रव्यूहात सापडून आपला जो सध्या कोंडमारा होतो, तो १९४५ मध्ये - निदान १९४६ मध्ये - दूर व्हायला काही हरकत नाही. हे यंत्र आपल्याला मिळाले तर आपल्या आयुष्यात पाच-दहा वर्षांची वाढसुद्धा होईल. नाही कुणी म्हणावे? मानवजातीवर इतके उपकार करणाऱ्या

त्या दोन डॉक्टर संशोधकांना अगदी आजच्या आज एक अभिनंदनपर पत्र पाठवणे हे आपले कर्तव्य आहे.

हे कर्तव्य पार पाडण्याकरता मी बसलो तेव्हा मात्र माझा हा उत्साह एकदम ओसरला. एक शंका राहून राहून माझ्या मनाला व्याकूळ करू लागली. हे यंत्र शोधून काढणाऱ्या संशोधकाच्या कर्तृत्वाविषयी आणि बुद्धिमत्तेविषयी वाटणारा आदर अद्यापिही माझ्या अंत:करणात कायम होता. पण कुणीतरी माझ्या अंत:करणाच्या आतून आर्तस्वराने म्हणत होते, 'या यंत्राचा उपयोग कुणाला होणार आहे. श्रीमंतांनाच ना? नवे बंगले, नवी औषधे, नवी वाहने, नवी प्रसाधने, नवी विनोदसाधने, नवी यंत्रे - जे जे नवे जगात उत्पन्न होत आहे ते ते, ज्याला ज्याची अतिशय जरुरी आहे त्याला कधी मिळतंय का?'

माझ्या डोळ्यांपुढे मजुरांच्या असंख्य चाळी उभ्या राहिल्या. संध्याकाळी थकून आलेल्या लाखो कष्टाळू जीवांचे चेहरे मला दिसू लागले. रेडिओचा खराखुरा उपभोग जर कुणाला घेता येईल तर तो यंत्रांच्या अखंड घरघरीने कान विटून गेलेल्या आणि कामाच्या चरकात शरीरे पिळून निघालेल्या असल्या अभागी लोकांना, असे माझ्या मनात आले. पण त्या बिचाऱ्यांना रेडिओ स्वप्नातसुद्धा पाहायला मिळत नाही.

संध्याकाळी रेडिओवर जे कार्यक्रम होतात ते ऐकणारे लोक निराळेच असतात. सकाळपासून वेळ कसा घालवावा या विवंचनेत पडलेले बेकार श्रीमंत मऊ-मऊ कोचावर बसून रेडिओवरून ऐकू येणाऱ्या प्रेमगीतांत गुंग होऊन जातात आणि शेवटी त्या गुंगीत रात्रीच्या चैनीची सुखस्वप्ने रेखाटू लागतात. रेडिओचा शोध लावणाऱ्याच्या अलौकिक बुद्धीपुढे मस्तक नेहमीच नम्र होते. रेडिओने जगाच्या निरनिराळ्या विभागांना अतिशय जवळ आणले, यात मुळीच शंका नाही. पण बाह्यत: एक होऊ लागलेल्या या जगाच्या अंतरंगाचे आधीच जे दोन विलक्षण तुकडे झाले आहेत ते सांधण्याचे सामर्थ्य रेडिओत कुठे आहे? रेडिओचा उपयोग नेहमी गुलहौशी श्रीमंतांना होतो, आपल्या मुठीत लक्ष्मी कोंडून ठेवण्याची ईर्षा बाळगणाऱ्या कोट्यधीश व्यापाऱ्यांना तो होतो, मानवजातीला युद्धाच्या खाईत लोटणाऱ्या गोअरिंग आणि गोबेल्ससारख्या राक्षसांनाही त्याचा भरपूर फायदा करून घेता येतो. पण दिवसभर कष्ट करून कंटाळून गेलेल्या गरिबांना, लक्ष्मीकडे पाठ फिरवून जगाच्या सुखात भर घालायला निघालेल्या बुद्धिवंतांना किंवा मानवधर्माचा प्रसार करून युद्धे थांबवू पाहणाऱ्या लहानमोठ्या गांधींना रेडिओचा आतापर्यंत कितीसा उपयोग झाला आहे? रेडिओ शोधून काढणाऱ्या त्या असामान्य संशोधकाची बुद्धी नकळत विकली गेली आहे. सत्ताधाऱ्यांनी आणि संपत्तिवाल्यांनी जगाच्या बाजारात ती उजळमाथ्याने विकत घेतली आहे.

माझ्या मनात आले, थकव्याचे मापन करणाऱ्या या नव्या यंत्राची आजच्या जगात हीच गत होणार. सकाळी सात वाजता रस्त्याच्या कडेला उशाशी रिकामी पाटी घेऊन निजलेल्या हमालाला उपासामुळे आलेला थकवा ते कधीच मापणार नाही. रातपाळी करून पहाटे अगदी गळून गेलेल्या मजुरांच्या शरीरांना त्याचा स्पर्श कधीच होणार नाही. स्टुडिओतल्या नटीला चेहऱ्याची रंगरंगोटी करून किती थकवा आला हे कळावे म्हणून त्याचा हरघडी अवश्य उपयोग केला जाईल. मात्र सकाळपासून संध्याकाळपर्यंत प्रखर दिव्यांच्या उष्णतेत भाजून निघणाऱ्या तिथल्या नोकरांची आणि या यंत्राची जन्मात एकदाही गाठ पडणार नाही. मानेवर खडा ठेवून दिवसभर खर्डेघाशी करणारे कारकून किंवा पोटासाठी अष्टौप्रहर पोपटपंची करणारे शिक्षक यांचा या यंत्राशी आमरण संबंध येणार नाही. रात्री दोन-दोन वाजेपर्यंत चालणाऱ्या मादक मेजवान्यांमुळे धनिकांना येणारा थकवा किंवा शर्यतीकरता कराव्या लागणाऱ्या लांबच्या प्रवासात कलावंतांना येणारी ग्लानी यांचे मापन करणे एवढेच या यंत्राच्या जगात कार्य राहील. फार तर मोठमोठी प्रसूतिगृहे आणि शुश्रूषागृहे चालविणारे बडेबडे डॉक्टर हे यंत्र बाळंतिणीला किंवा रोग्याला दिवसातून दहा-दहा वेळा लावतील आणि आपली बिले व्यवस्थित फुगवतील.

हे यंत्र शोधून काढणाऱ्या संशोधकाची इच्छा त्याचा उपयोग सर्व मानवजातीला व्हावा अशीच असणार.

पण

आजच्या जगात हे शक्य आहे का?

छे! आजचे जग बुद्धिवंतांचे नाही, संशोधकांचे नाही, सज्जनांचे नाही, सहृदयांचे नाही; ते संपत्तिवाल्यांचे आहे, ते मिरासदारांचे आहे, ते सत्ताधाऱ्यांचे आहे. हे लोक पंडितांची बुद्धी विकत घेतात, जनतेची शक्ती विकत घेतात, शास्त्रज्ञांचे ज्ञान विकत घेतात, कलावंतांची कला विकत घेतात; सत्य, नीती, आत्मा - सर्व काही ते विकत घेऊ शकतात.

वेश्यागृहाचे मालक दरिद्री पण सुंदर मुली पैदा करून त्यांच्या तारुण्यावर आणि लावण्यावर जशी आपली चैन जन्मभर चालवितात, त्याप्रमाणे हेही लोक मानवतेची बुद्धी आणि शक्ती विकत घेण्याचा काळाबाजार मांडून आयुष्यभर स्वर्गसुख उपभोगू शकतात. आपल्या रंगेल विलासांना आणि स्वार्थी महत्त्वाकांक्षांना धक्का पोहोचणार नाही अशाच प्रकारची समाजाची रहाटी राहावी म्हणून ते अहोरात्र धडपडत असतात.

त्या दोन डॉक्टरांना पत्र पाठविण्याचा विचार अजूनही माझ्या मनात घोळत होता. पण आता मला वाटू लागले, त्यांना नुसते अभिनंदनाचे पत्र लिहिणे चुकीचे होईल.

ज्या संशोधनाचा उपयोग साऱ्या जगाला होऊ शकत नाही ते केल्याचा आनंद हा क्षणभंगुर आनंद आहे. बुद्धिविक्रय ही शीलविक्रयाहूनही अधिक अमंगल अशी गोष्ट आहे, शास्त्राने सत्तेचा पाठीराखेपणा करणे हे पाप आहे. त्याने सदैव मानवधर्माच्या बाजूनेच उभे राहिले पाहिजे असे काहीतरी या पत्रात लिहायला हवे. ज्या दिवशी मनुष्यांची बुद्धी जगाच्या बाजारात एखाद्या गुलामाप्रमाणे स्वत:ला विकून घेण्याचे नाकारील त्याच दिवशी या बाजारात मंदिराचे मांगल्य प्रकट होईल.

तो दिवस लवकर उगवेल का?

वेडा हत्ती

हत्तीविषयी लहानपणापासून मला मोठे कौतुक आणि प्रेम वाटत आले आहे. कधीकाळी अखिल जगातील पशु-परिषद भरण्याचा योग आला तर आपल्या भरदार व्यक्तिमत्वामुळे तो तिचा सहज अध्यक्ष होऊ शकेल आणि प्रास्ताविक भाषण करताना आपले बारीक डोळे किलकिले करून स्वत:च्या वजनदारपणावर कोटी करीत तो हंशा व टाळ्या घेईल याविषयी मला कधीच शंका वाटली नाही. पण एवढ्यासाठीच मी त्याच्यावर खूश होतो असे म्हणता येणार नाही. त्याचे दाखवायचे दात निराळे आणि खायचे दात निराळे असतात म्हणून त्याच्याविषयी मला प्रेम वाटत असावे असाही तर्क कदाचित कुणी करील. पण दंतवैद्याकडे न जाता दातांच्या अशा दोन निरनिराळ्या कवळ्या बाळगणाऱ्या मंडळींचा उपसर्ग आयुष्यात पुष्कळ दिवसांपर्यंत मी सोसला असला तरी अलीकडे मी असल्या महात्म्यांच्या वाऱ्यालाही उभा राहिनासा झालो आहे. तेव्हा हा तर्कही चुकीचा ठरेल.

हत्तीविषयी मला लहानपणापासून जे प्रेम वाटत आले आहे त्याचे खरे कारण म्हणजे त्याची बुद्धिमत्ता! आपल्या पुराणकारांनी माणसाच्या धडाला हत्तीचे डोके लावून बुद्धिदात्या गजाननाची मूर्ती निर्माण करण्यात मोठीच कल्पकता दाखविली आहे यात शंका नाही. माझ्या बालपणी सांगलीला आमच्या घराजवळच 'एकदंत्या' नावाचा एक मोठा सुंदर हत्ती डुलत-झुलत उभा असे. त्याला कोणी नारळ दिला तर लगेच तो त्याची दोन शकले करी आणि एक भक्कम नारळ देणाऱ्याच्या पदरात टाकून दुसरे स्वत:च्या तोंडात टाकी. या बाबतीत देवळातल्या पुजाऱ्यापेक्षा त्याचा प्रामाणिकपणा नेहमीच उठून दिसत असे. तो नारळाचे जे दोन तुकडे करी ते तरी किती काटेकोरपणाने? एका वर्तुळाची सफाईने दोन अर्धवर्तुळे करणाऱ्या एखाद्या रँग्लरनेसुद्धा या बाबतीत त्याचा गंडा बांधावा असे त्याचे कौशल्य होते.

पुढे शाळेत जाऊ लागल्यावर हत्तीविषयीच्या अनेक गोष्टी वाचून त्याच्याबद्दलचे माझे मूळचे प्रेम द्विगुणित झाले. हत्तीला नुसते गणित शास्त्रज्ञाचेच डोके नाही, त्याला मुत्सद्याचेही डोके आहे अशी माझी एका गोष्टीवरून पूर्ण खात्री झाली. त्या गोष्टीतला शिंपी आपल्या दुकानावरून नदीवर अंघोळ करायला जाणाऱ्या हत्तीला नेहमी काहीतरी खायला देई. हत्तीही नेहमी डोळे मिटून निर्धास्तपणाने तो देई ते खाई. पण एके दिवशी त्या शिंप्याने त्याला फसवून खाण्याकरता म्हणून सुई दिली. ती सुई हत्तीच्या सोंडेला विलक्षण बोचली. क्षणभर

त्याला प्राणांतिक वेदना झाल्या. हत्तीच्या जागी दुसरा कुठलाही प्राणी असता तर लगेच त्याने त्या शिंप्यावर झडप घालून आपला सूड उगवला असता. पण हत्ती एखाद्या साधूप्रमाणे शांतपणाने नदीवर गेला. तिथे त्याने नेहमीप्रमाणे अंघोळ केली. एखादा पवित्र ब्राह्मण नदीवर स्नान करून स्तोत्रे पुटपुटत जसा घरी येतो तसा तो गंभीरपणाने सोंडेने कसला तरी आवाज करीत परत येऊ लागला. शिंप्याचे दुकान येताच तो क्षणभर थांबला आणि शिंपी दारात दिसताच सोंडेत भरून आणलेल्या पाण्याने त्याला सचैल स्नान घातले.

हत्तीच्या संयमाच्या, शहाणपणाच्या आणि बुद्धिमत्तेच्या अशा अनेक गोष्टी वाचून मी मनात अगदी पक्के ठरविले होते की, कधीकाळी कुठल्याही म्युनिसिपालिटीच्या किंवा कौन्सिलच्या निवडणुकीला आपण उभे राहिलो तर 'हत्ती' हीच आपली निशाणी निश्चित करायची. पण माझ्या या अनेक वर्षांच्या आवडत्या कल्पनेला परवा एकदम मोठा धक्का बसला. हत्तीच्या दातांप्रमाणे त्याच्या बुद्धिमत्तेतही दिखाऊपणाचा भाग मोठा आहे अशी माझी एका बातमीने खात्री केली. त्याचे डोळे खूप बारीक असले तरी सूक्ष्मदृष्टी अशी त्याला मुळीच नाही हेही त्या वार्तेवरून सिद्ध झाले. माझ्या मनात क्रांती घडवून आणणारी ती विचित्र बातमी अशी होती —

हत्तीने रेशन नाकारले.

'फैजपूर येथे गजपत नावाच्या हत्तीस देण्यात येणारे अन्न रेशनिंगमुळे कमी झाले होते. माहुताने त्यात कोंड्याची भर घालून रोजच्या खाद्याची भरती केली. पण हे मिश्रण हत्ती पसंत करीना, तेव्हा हत्तीस थोडा वेळ हिंडून शांत करण्याच्या उद्देशाने माहूत स्वार होत असतानाच गजपतीने सोंडेने त्याला पायाखाली तुडविले व ठार केले.'

ही बातमी वाचून मी अगदी हतबुद्ध झालो. प्रत्यक्ष सरस्वतीच्या पतीने महाभारताच्या लेखनाच्या वेळी महर्षी व्यासांचा लेखक असलेल्या गजाननाने - ज्याचे डोके उसने घेतले, त्या प्राण्याच्या डोक्यात रेशन नाकारण्याची ही वेडी कल्पना आली तरी कशी? गेली पाच वर्षे जगात महायुद्ध सुरू आहे, दोस्त राष्ट्रे सत्याच्या संरक्षणाकरता आणि नीतीच्या विजयाकरता जिवावर उदार होऊन लढत आहेत आणि उद्याच्या जगात सर्वांना पोटभर जेवायला मिळावे म्हणून आजच्या जगातल्या बहुतेकांवर पोटाला चिमटा घेऊन राहायची पाळी आली आहे इत्यादी गोष्टी या फैजपूरच्या पिसाळलेल्या हत्तीच्या कानांवर कधीच पडल्या नव्हत्या काय? का देवाने दिलेल्या सुपाएवढ्या कानांचा उपयोग फक्त माशा हाकविण्याकरताच करायचा असतो अशीच या जाड्या पंडिताची समजूत आहे? रस्त्याने वर्तमानपत्रे विकत जाणाऱ्या पोरांच्या नुसत्या आरोळ्या त्याने चार दिवस ऐकल्या असत्या तरी रेशन स्वीकारणे हेच आजकाल प्रत्येक सद्‌गृहस्थाचे कर्तव्य आहे अशी त्याची

खात्री झाली असती.

हे फैजपूरच्या गजराजा, रेशनमुळे तुला मिळणारे अन्न कमी झाले म्हणून तू ते सोंडेच्या फटकाऱ्याने नाकारलेस. वेड्या, हे मूर्खपणाचे कृत्य करण्याआधी तू थोडातरी विचार करायला हवा होतास. सर्वनाशाची पाळी आली म्हणजे अर्ध्या भागावर पाणी सोडण्यातच शहाणपणा असतो हे संस्कृत सुभाषित तू कधीच ऐकले नाहीस काय? स्वराज्य मागणारी माणसे फुसक्या कौन्सिलावर समाधान मानून आवडीने नामदारांचे दशावतारी नाटक करीत नाहीत काय? बंगालमध्ये कळवळून आणि वळवळून तडफडत रस्त्याच्या कडेला मेलेल्या हजारो माणसांपेक्षा तू हजार पटींनी भाग्यवान आहेस हे कसे तुझ्या लक्षात आले नाही? शिवाय हत्तीची राजेरजवाड्यांप्रमाणे बडदास्त ठेवण्याचा जुना जमाना कधीच मागे पडला आहे हे तू विसरलास! हल्ली हत्तीचे महत्त्व फक्त दोनच लोकांना कळते — जंगलांतल्या लाकडाच्या व्यापाऱ्यांना आणि सर्कसवाल्यांना. अशा स्थितीत हिंदुस्थानातल्या कोट्यवधी लोकांप्रमाणे 'ठेविलें अनंतें तैसेंचि रहावें' हा अभंग गुणगुणत आनंदाने अर्धपोटी राहायचे सोडून रेशन नाकारण्याची अवदसा, बाबा, तुला कुठून आठवली? तुझे हे कृत्य कदाचित भारत संरक्षण कायद्याखालीसुद्धा येत असेल. नाही कुणी म्हणावे?

हे मूर्ख गजराजा, तुझ्या डोक्यात मोत्याच्या राशी असतात ही कल्पना तुझ्याइतक्याच वेड्या कवींनी आपल्या डोक्यातून काढलेली दिसते. या बातमीवरून तुझ्या डोक्यात नुसते बटाटे भरलेले असावेत असा मला संशय येतो. तुला भरपूर अन्न खाल्ल्यासारखे वाटावे म्हणून माहुताने तुला मिळालेल्या रेशनमध्ये कोंडा घातला हे खरे! पण त्यात एवढा राग येण्यासारखे काय होते बाबा? या अभागी देशात गेल्या तीन-चार पिढ्या लोक कोंड्याचा मांडा करूनच आपली गुजराण करीत आले आहेत. अरे गजपतीश्रेष्ठा, हल्ली अनेक माणसांना कोंडासुद्धा सोन्याइतका दुर्मीळ झाला आहे. ठिकठिकाणी माणसे रताळी तर रताळी, पाला तर पाला - जे काही मिळेल ते खाऊन यमराजाची चिठ्ठी चुकवीत आहेत. अशा स्थितीत राजकीय हक्कांप्रमाणे अन्नाच्या बाबतीतही मिळेल ते पदरात घ्यावे हा मवाळ मंडळींचा उपदेशच शेवटी फायदेशीर ठरतो हे विसरून तू एकदम इतका जहाल कशाला झालास? तुझा कुणी दोस्त आठ ऑगस्टच्या चळवळीत तर पडला नव्हता ना? कोंडा नाकारणे म्हणजे कोंड्यात व्हिटॅमिन्स असतात या गोष्टीविषयी आपले अज्ञान प्रगट करण्यासारखे आहे, याचा बुद्धिवान असूनही तू मुळीच कसा विचार केला नाहीस? तुझ्या माहुताने कोंडा घालून तुझ्याकरता तयार केलेले अन्न तुला गोड वाटले नसेल हे मी कबूल करतो. पण जीभ आणि स्त्री यांचे चोचले पुरविणाऱ्या पुरुषाचा शेवटी अध:पात होतो हे सुभाषित तू या वेळी आठवायला हवे होतेस. कुठली तरी जुनी बाजरी खाल्ल्यामुळे अंगाला आलेली खरूज खाजवीत हजारो माणसे भोवताली जगत असताना एकट्या दुकट्याने

चांगल्या अन्नाचा हट्ट धरणे असभ्यपणाचे लक्षण आहे, हे तुझ्यासारख्या शिष्ट पशूला समजायला काहीच हरकत नव्हती.

आणि तुझे ते शेवटचे आततायीपणाचे कृत्य! गरम झालेले तुझे मस्तक शांत करण्याकरता माहुताने तुला हिंडायला नेण्याचा प्रयत्न केला यात त्याची काय चूक होती? पोटातली आग अन्नाने नसली तरी गार वाऱ्याने विझेल असे त्या बिचाऱ्याला प्रामाणिकपणाने वाटले असावे. आम्ही माणसेसुद्धा नेहमी हेच करतो. मूल कसलातरी भलता हट्ट धरून बसले की, आम्ही त्याला आभाळात नसलेला चांदोबा दाखवितो. जनता हक्क मागू लागली की, तिच्या तोंडावर आम्ही कमिट्या आणि कमिशने फेकतो. त्या माहुतानेही तेच केले. तो तुला हवा खायला नेत होता. सर्प हवा खाऊन जगतो असे म्हणतात. ती कला तू साध्य केली असतीस तर तुझेसुद्धा दररोज भरपूर पोट भरले नसते का?

पण हवा खाऊन जगण्याच्या बाबतीतल्या स्वतःच्या नालायकीचा सूड तू त्या बिचाऱ्या माहुतावर उगवलास. अहिंसेच्या दृष्टीनेच नव्हे तर दुसऱ्या एका दृष्टीने हा तुझा गुन्हा अक्षम्य आहे. तुला वेड्याच्या इस्पितळातच नेऊन ठेवले पाहिजे. आपल्या बुद्धिमत्तेचे दिवाळे वाजल्याची कबुली तू या कृत्याने दिलीस. वेड्या प्राण्या, तो माहूत म्हणजे काय तुझा श्रीमंत मालक होता? तो काय जाणूनबुजून तुझे हाल करीत होता? तो काय आपल्या बायकामुलांची चंगळ करण्याकरता तुला अर्धपोटी ठेवीत होता? छे! तोही तुझ्याइतकाच - किंबहुना तुझ्याहूनही अधिक दुर्दैवी असेल. तो परावलंबी होता, एक यःकश्चित नोकर होता.

सूड हा प्रीतीचाच सावत्र भाऊ आहे हे मला कळते. पण अंधळ्या प्रेमाप्रमाणे अंधळ्या सूडबुद्धीनेही जगात अनर्थच ओढवतात. गजराजा, तुला सूड घ्यायचाच होता तर ज्यांनी या सुवर्णभूमीतला धान्याचा आपल्या अंतःकरणाहूनही अधिक काळा असा बाजार मांडला आहे, शेतकऱ्यांना फसवून त्यांच्या धान्याने आपली कोठारे भरून जे गोरगरिबांच्या सरणावर आपल्या पोळ्या भाजून घेत आहेत, हातावर पोट असणाऱ्यांच्या तोंडात माती घालून स्वतःच्या बंगल्यावर सोन्याची कौले चढविण्याच्या राक्षसी कैफात जे गुंग आहेत त्या नराधमांपैकी एखाद्याला तू ठार मारायला हवे होतेस.

तू असा काही चमत्कार दाखविला असतास तर तुझी शूर व्यक्तीत गणना झाली असती. लोकांनी तुझी पूजा केली असती. पण आज —

आज जगाच्या दृष्टीने तू वेडा ठरला आहेस. दानाप्रमाणे सूडालाही देश, काल आणि पात्र ही पाहावी लागतातच.

❖

निखारे विझत नाहीत

अठराव्या शतकाच्या अखेरीला फ्रान्समध्ये झालेल्या राज्यक्रांतीचे वर्णन ज्या वेळी मी प्रथम वाचले तेव्हा पॅरिस शहराविषयी मला विलक्षण प्रेम वाटू लागले. स्वातंत्र्य, समता आणि बंधुता या उदात्त घोषणा हिरिरीने जगाला ऐकविणारी ही नगरी एखाद्या रणरागिणीप्रमाणे माझ्या डोळ्यांपुढे तळपू लागली. जेथे गांजलेली जनता उघडउघड बंड करू शकते, पिढ्यान्‌पिढ्या मानेवर वाहिलेले गुलामगिरीचे जू झुगारून देणारे हजारो स्त्री-पुरुष जिथे निर्माण होऊ शकतात, जुलमी राजाला देहान्त प्रायश्चित देण्याचा आपला अधिकार जिथली प्रजा निर्भयपणे गाजवू शकते, ती भूमी किती तेजस्वी आणि किती उदात्त असली पाहिजे या कल्पनेत माझे बालमन त्या वेळी रमून गेले. पॅरिसजवळून वाहणाऱ्या सीन नदीच्या पाण्यातला हा गुण आपल्या गंगेत, गोदेत, कृष्णेत किंबहुना कुठल्याही नदीत फारसा का असू नये हे कोडे मला त्या वेळी काही केल्या उलगडेना.

पॅरिस या नावात अशी विलक्षण जादू असल्यामुळे मोठेपणी पॅरिसचा उल्लेख निराळ्या रितीने माझ्या कानांवर पडू लागताच माझ्या मनाला धक्के बसू लागले. मी पॅरिसकडे स्वातंत्र्यभूमी म्हणून पाहायला शिकलो होतो. पण जग त्या नगरीचे मिटक्या मारीत रसभरित वर्णन करताना म्हणत होते, पॅरिससारखी विलासभूमी या पृथ्वीच्या पाठीवर दुसरीकडे कुठेही सापडणार नाही.

पॅरिसचे ते वैभव, पॅरिसचे ते सौंदर्य, पॅरिसमधले ते विलास —

जिवाची मुंबई करणे ही दरिद्री हिंदुस्थानातल्या खेडवळ मनुष्याची महत्त्वाकांक्षा असू शकेल. पण जो खरा सुधारलेला आहे, ज्याला विसाव्या शतकात जन्माला आल्याचे एक दिवस तरी चीज व्हावे असे मन:पूर्वक वाटत आहे त्याने पॅरिस पाहिलेच पाहिजे, असे कुणीतरी म्हटले म्हणजे माझ्या काळजाला काटे टोचल्यासारखे वाटे. राहून राहून माझ्या मनात येई, कालगती किती विचित्र असते. एकेकाळी सीन नदीच्या पाण्याला देशभक्तांच्या रक्ताचा रंग चढला होता. आजही त्याच्यावर रक्तिमा असेल. पण तो मदिरेचा! पॅरिसच्या ज्या रस्त्यांनी पूर्वी वधस्तंभांकडे नेल्या जाणाऱ्या जुलमी सरदारांच्या पायातल्या शृंखलांचा खणखणाट ऐकला असेल, त्यांना आजकाल रात्रभर ऐकू येणारा रंगेल नृत्यांचा छुमछुमाट ऐकून काय वाटत असेल बरे? आणि माणसांप्रमाणेच इमारतींच्या मनात जुन्या स्मृतींची वादळे उठत

नाहीत ही फार सुखाची गोष्ट आहे. नाहीतर ती क्रांतीची वेळ आठवून पॅरिसमधली आजची मंदिरे इतकी अस्वस्थ होऊन गेली असती की, त्यांना धरणीकंपाचे धक्केच बसत आहेत असा त्यात विहार करणाऱ्या खुशालचेंडू लोकांना भास झाला असता.

पॅरिस म्हणजे विलासभूमी, पॅरिस म्हणजे उपभोगनगरी, पॅरिस म्हणजे इंद्राची अमरावती ही कल्पना माझ्या मनाला कशीशीच वाटत असली तरी ती असत्य आहे हे सिद्ध करण्यासारखा पुरावा मला मध्यंतरीच्या काळात कधीच मिळाला नाही. उलट, चार वर्षांपूर्वी जेव्हा एका दिवसात पॅरिस पडले, कोणत्याही प्रकारचा प्रतिकार न करता पॅरिस जर्मनांना शरण गेले ही लाजिरवाणी वार्ता ज्या दिवशी मी ऐकली, त्या दिवशी इतरांप्रमाणे मीही मनात म्हणालो, अप्सरांच्या जगात देवता नांदू शकत नाहीत हेच खरे! अठराव्या शतकाच्या अखेरीला पॅरिसमध्ये स्वातंत्र्यभक्तीचे निखारे फुलले होते. पण विलासांची, सुखवस्तूपणाची, गुलामगिरीची आणि या सर्वांच्या समुच्चयाने येणाऱ्या मानसिक बधिरपणाची राख हळूहळू या निखाऱ्यांवर साचत गेली आणि ते निखारे पार विझून गेले. आपल्याकडल्या संस्थानिकांसारखी आणि विद्वानांसारखी पॅरिसची स्थिती झाली.

ज्यांचे पूर्वज आपल्या घोड्यांना अटकेचे पाणी पाजण्यात आणि आपल्या पराक्रमाने नवी नवी राज्ये मिळविण्यात आनंद मानीत होते, ते संस्थानिक आज टीचभर रंगणात भाडोत्री स्वारांकडून पिटाळल्या जाणाऱ्या घोड्यांची शर्यत पाहण्यात आणि त्यांच्यावर पैसे लावून जुगार खेळण्यात समाधान मानीत आहेत. आपल्या अपमानाचा सूड घेण्याकरता ज्या चाणक्याने नंदराजाचे सिंहासन एखाद्या पत्त्याच्या बंगल्याप्रमाणे क्षणार्धात कोसळून घातले, त्याच्या बुद्धिमत्तेशी स्पर्धा करणारे आमचे आजचे पंडित किराणा मालाप्रमाणे आपल्या बुद्धीची फुटकळ विक्री करून कारकुनीत जगण्याचा आनंद उपभोगीत आहेत. मग बिचारे पॅरिस - विलासभूमी म्हणून जगभर गाजलेले पॅरिस - मुकाट्याने शत्रूला शरण गेले यात नवल कसले?

पण परवा अचानक आयुष्यातला विलक्षण आनंदाचा एक क्षण मला लाभला. 'जर्मन दास्यातून पॅरिस नगरीची मुक्तता' हा वर्तमानपत्रातला ठळक अक्षरातला मथळा वाचताच माझे मन आनंदाने फुलून गेले. या युद्धात रशियाने करून दाखविलेले अनेक लोकविलक्षण पराक्रम डोळ्यांपुढे उभे असूनही मला पॅरिसविषयीच्या या वार्तेचे कौतुक वाटले. पॅरिस आपल्या परंपरेला जागले, स्वातंत्र्याचे पवित्र संस्कार अजून ते विसरले नाहीत याचा मला विलक्षण आनंद झाला. दोस्तांचे सैन्य जवळ येताच पॅरिसमधली फ्रेंच जनता बंड करून उठली. पन्नास हजार सशस्त्र फ्रेंच देशभक्तांनी या बंडात भाग घेतला. लाखो नागरिकांनी त्यांना साहाय्य केले. पॅरिस ही विलासभूमी राहिली नाही, पुन्हा रणभूमी झाली. स्वातंत्र्यलालसेचे निखारे विलासांनी विझत नाहीत, हे या सुंदर नगरीने पुन्हा एकदा सिद्ध केले. स्वातंत्र्यासाठी

तडफडणाऱ्या, पंख कापले गेले असतानासुद्धा तो अमृतकुंभ आणण्याकरता अहोरात्र फडफडणाऱ्या, जुलमी सत्तेने सप्तपाताळात गाडून ठेवले असले तरी तिथेही रात्रंदिवस धडपडणाऱ्या जगातल्या साऱ्या आत्म्यांना पॅरिसचा हा पुनर्जन्म एक प्रकारचा दिलासा देत आहे यात संशय नाही. पॅरिस आज जगाला उजळ माथ्याने बजावून सांगत आहे - 'नाझी कितीही बुद्धिमान असले, त्यांचे राज्यतंत्र कितीही क्रूर असले तरी त्यांच्या बळाला आणि त्यांच्या छळाला भीक न घालता फ्रेंच जनतेची स्वातंत्र्याची लालसा कायम राहिली आहे. ती विझलेली नाही. चार वर्षे तिने अज्ञातवासात काढली. पण वेळ येताच—'

माझ्या मनात आले, पांडवांचा अज्ञातवास एका वर्षाचा होता, पॅरिसला अज्ञातवास चार वर्षांचा झाला. कुणा देशाचा किंवा देशभक्ताचा अज्ञातवास किती असेल हे कधीच निश्चित सांगता येत नाही. पण अज्ञातवास - मग तो ध्येयनिष्ठ व्यक्तीचा असो, एखाद्या उदात्त तत्त्वाचा असो किंवा स्वातंत्र्यासाठी अधीर झालेल्या राष्ट्रभक्ताचा असो - आज ना उद्या संपतोच संपतो, अगदी यशस्वी रितीने संपतो.

लहानपणी इतिहासाच्या पुस्तकांतून मला आवडू लागलेले पॅरिस मधे माझे नावडते शहर होऊ लागले होते. आज मात्र ते मला पूर्ववत आवडू लागले आहे. युद्ध संपल्यावर कुणी श्रीमंत दोस्त मला युरोपच्या प्रवासाला न्यायला तयार असेल तर स्टॅलिनग्राडच्या जोडीने पॅरिसही बघण्यात मला मोठी धन्यता वाटेल. माझी खात्री आहे की तिथली मंदिरे, तिथले रस्ते, तिथले पुतळे, तिथली प्रत्येक वस्तू नि वस्तू फ्रान्सच्या पुढील पिढीच्या कानात यापुढे एकच अमर संदेश गुणगुणत राहील —

'निखारे विझत नाहीत.'

❖

खांडेकरांची सर्व लेखनवैशिष्ट्ये व्यक्त करणाऱ्या कथा

अबोली

- वि.स.खांडेकर

कथाबीजं दाही दिशांनी मनात येऊन पडतात-- प्रत्यक्ष अनुभवलेल्या एखाद्या भावनेच्या छटेपासून तो सहजगत्या कानांवर पडलेल्या एखाद्या चार-दोन ओळींच्या घटनेपर्यंत. अशा अनेक अनुभवांत कथाबीजं लपलेली असतात; पण ती सारीच फुलवण्याचं सामर्थ्य पुष्कळांच्या अंगी नसतं. मीही त्याला अपवाद नाही. झोपलेलं माणूस एकदम काही तरी टोचल्यामुळं जागं व्हावं, त्याप्रमाणं ज्या अनुभूतीनं संवेदना सचेतन होते आणि कल्पना, भावना आणि विचार यांच्या त्रिवेणी संगमानं न्हाऊ लागते, तीच पुढं स्वत:ला हवं तसं कथारूप धारण करू शकते.

अशा रीतीनं गेली पन्नास वर्षं मी कथापंढरीचा वारकरी राहिलो आहे. पहिल्या दहा-वीस वर्षांत मी तरुण वारकरी होतो. चालण्यात काय किंवा अभंग आळवण्यात काय, माझ्या ठिकाणी दुर्दम्य उत्साह होता. आता त्या उत्साहाची अपेक्षा करणं सृष्टिक्रमाला धरून होणार नाही. तथापि, गेल्या काही वर्षांत ज्यांचा कथारूपानं माझ्या हातून आविष्कार झाला, असे काही अनुभव या संग्रहात प्रतिबिंबित झाले आहेत...
या संग्रहातील कथांनी कुणाचं थोडं सात्त्विक रंजन केलं, कुणाला थोडा वाङ्मयीन आनंद दिला, एखाद्याला त्यात दिलासा सापडला, तर त्या लिहिताना मला जो आनंद झाला, तो केवळ वैयक्तिक नव्हता, या जाणिवेनं माझं लेखन सफल झालं, असं मी मानेन.’

www.ingramcontent.com/pod-product-compliance
Lightning Source LLC
LaVergne TN
LVHW020005230825
819400LV00033B/1019
* 9 7 8 8 1 7 1 6 1 6 3 1 2 *